புதையல் தீவு

AF345737

புதையல் தீவு

புதையல் தீவு

சிறுவர் நாவல்

பா. ராகவன்

Puthaiyal Theevu
Author's Name: Pa Raghavan
Copyright © R. Ramya 2023
Published by Kamarkat

Kamarkat Prachuram
(An imprint of Zero Degree Publishing)
No. 55(7), R Block, 6th Avenue,
Anna Nagar,
Chennai - 600 040

Website: www.zerodegreepublishing.com
E Mail id: zerodegreepublishing@gmail.com
Phone: 89250 61999

Kamarkat First Edition: March 2023
ISBN: 978-81-949739-6-6
TITLE NO EP: 12

Cover Art: Razeena
Illustrations: Pornikaa Vasantharaj
Layout: Vijayan, Creative Studio

பொருளடக்கம்

மூன்று குறிப்புகள்

1. இந்த நெடுங்கதை, கோகுலம் சிறுவர் மாத இதழில் தொடராக வெளி வந்தது. பிரசுரித்த அந்நாளைய கோகுலம் ஆசிரியர் எஸ். சுஜாதாவுக்கு நன்றி.

2. இக்கதையை இரண்டாயிரமாவது ஆண்டில் எழுதினேன். இது புத்தக வடிவம் பெற இருபத்து மூன்று வருடங்கள் ஆகியிருக்கின்றன.

3. நான் எழுத வந்ததற்குக் காரணமாக இருந்த குழந்தைக் கவிஞர் அமரர் அழ. வள்ளியப்பாவுக்கு இதை நன்றியுடன் சமர்ப்பணம் செய்கிறேன்.

பா. ராகவன்

மார்ச் 8, 2023

1. கடல் பயணம்

"ரெண்டு இட்லி, ஒரு வடை, ஒரு கரண்டி பொங்கல்" என்று மகாலிங்க வாத்தியார் சொன்னதுமே பாலுவுக்கு அழுகை வந்துவிட்டது. அடக்கடவுளே! ரெண்டு இட்லியும் ஒரு வடையும் ஒரே வாயில் உள்ளே போய்விடும். ஒரு கரண்டி பொங்கல் என்பது உள்ளே போவதுகூடக் கஷ்டம். பல்லுக்கு மட்டும்தான் அது போதுமானது! அப்புறம் பசி எங்கிருந்து அடங்கும்?

சின்னப்பையன்களுக்குக் கச்சாமுச்சாவென்று பசிக்காது என்று யார் இந்த மகாலிங்க வாத்தியாரிடம் சொன்னது? அதுவும் தன்னைப்போல பீமபுஷ்டிப் பையன்கள் ஐயோ பாவம் என்று ஏன் இவருக்குத் தோன்றவே தோன்றுவதில்லை?

அவனுக்கு அன்றைய காலை மெனுவைக் கேட்டதுமே அழுகை அழுகையாக வந்துவிட்டது. குறைந்தபட்சம் பத்து இட்லிகள் வேண்டும். பொங்கல் என்றால் மூணு ப்ளேட். வடைக்கு லிமிட் உண்டா என்ன? எத்தனை ஆனாலும் சம்மதமே.

"குண்டா! கொஞ்சம் சாப்பாட்டைக் குறைக்கணும்டா. ஸ்கவுட்ல இருக்கற பையன் இவ்ளோ குண்டா இருந்தா எப்படி ஓடி ஆடி வேலை செய்யமுடியும்?" என்று கேட்டார் வாத்தியார்.

பாலுவுக்கு சிரிப்பு வந்தது. அவன் குண்டுதான். செம குண்டு! பின்னால் நின்று வேறு யாராவது இறுக்கிப் பிடிக்கப் பார்த்தால், அவன் தொப்பை ஒருபோதும் இரு கைகளுக்கு அடங்காது! மூக்கில் வழுக்கி வழுக்கி விழும் கண்ணாடியும் அவன் தொப்பையும், வாரவார அடங்காமல் தூக்கிக்கொண்டு முன்னால் நிற்கும் தலைமுடியும் சேர்ந்து அவனை வகுப்பறையில் ஒரு கார்ட்டூனாகத்தான் எப்போதும் காட்டும். ஆனால் யாரும் அவனை கிண்டலுக்காக 'குண்டா' என்று கூப்பிடமாட்டார்கள். அது ஒரு செல்லப்பெயர்.

"க்ளாஸுக்கு ஒரு புள்ளையார் இருந்தா நல்லதுதானே சார்" என்பான் பக்கத்து டெஸ்க் பத்மநாபன்.

"இவர் கொழுக்கட்டை சாப்பிடற பிள்ளையார் இல்லே... கொழுக்கட்டையாவே இருக்கற பிள்ளையார்!"

"அதுவும் சாதாரண கொழுக்கட்டை இல்லே.. ஜம்போ கொழுக்கட்டை!"

வகுப்பறையே சிரிப்பில் வெடிக்கும். பாலுவும் சேர்ந்து சிரிப்பான். அவனது உருவத்தைப் பற்றி யார் பேசினாலும் அவனுக்குக் கோபமோ, வருத்தமோ வராது. எல்லாமே அன்பால் செய்யப்படும் தமாஷ் என்றுதான் எடுத்துக்கொள்ளுவான். குறிப்பாக மகாலிங்க வாத்தியார். அப்பா! எப்பேர்ப்பட்ட கிண்டல் பேர்வழி! அதுவும் பாலுவைச் சீண்டுவது என்றால் அவருக்கு அல்வா சாப்பிடுவது மாதிரி. சே, கொழுக்கட்டை சாப்பிடுவது மாதிரி.

கிண்டல் முடிந்த சூட்டிலேயே அவர் இன்னொன்றும் சொல்லுவார். அதுதான் அவரிடம் பாலுவுக்கு ரொம்பப் பிடித்த விஷயம்.

"பாருங்கடா! நம்ம புள்ளையாருக்கு உடம்பு மட்டுமில்லை... மூளையும் பெரிசு. இன்னி வரைக்கும் க்ளாஸ்லே அவனளவுக்கு வேற யார் மார்க் வாங்கியிருக்காங்க, சொல்லுங்க பாப்போம்? ஒரு எக்ஸாம்லயாவது ஃபர்ஸ்ட் ரேங்கைத் தவிர வேற வாங்கியிருக்கானா? நாம சாப்பிடற இட்லியெல்லாம் உடம்புல கீழ் நோக்கிப் போவுது... நம்ம புள்ளையாருக்கு மட்டும்தான் உள்ள போற எல்லாமே மேல்நோக்கிப் போவுது" என்பார்.

பாலுவுக்குப் பரம சந்தோஷமாக இருக்கும். மனசுவிட்டு ஒரு வாத்தியார் இப்படி அத்தனை மாணவர்களுக்கு எதிரில் பாராட்டுவதைவிட வேறென்ன வேண்டும்? இதற்காகவே இன்னும் நன்றாகப் படிக்கலாம்! இதற்காகவே இன்னும் பத்து இட்லி கூடுதலாகச் சாப்பிடலாம்!

அவன் அம்மாவுக்குத்தான் அந்த விஷயம் கவலையளித்தது. பார்க்கிற டாக்டர்களிடமெல்லாம் தவறாமல் கேட்டுக்கொண்டிருப்பாள். "என் பிள்ளை ஏன் டாக்டர் இவ்ளோ குண்டா இருக்கான்?"

என்னமோ சில ஹார்மோன்கள் அதிகம் சுரப்பதனால் தான் குண்டர்கள் குண்டாக இருக்கிறார்கள் என்று எல்லா டாக்டர்களும் சொன்னார்கள்.

"டயட்ல இருக்கணும். தினமும் வாக்கிங் போகணும். சின்னப்பையந்தானே... பதினாறு, பதினெட்டு வயசாறதுக்குள்ள இளைச்சுடுவான்" என்பார்கள்.

ஆனால் பாலுவுக்கு இளைக்கிற உத்தேசமே இல்லை! எதற்கு இளைக்க வேண்டும்? குண்டாக இருப்பதிலும் பல சௌகரியங்கள் இருக்கின்றன. ரொம்ப முக்கியம், அத்தனைபேரின் கவனத்தையும் சுலபமாகக் கவர முடிகிறது. வீட்டிலும் சரி, பள்ளியிலும் சரி. யாரும் அதிகமாக வேலை வாங்குவதில்லை. சும்மா இருக்கிற நேரங்களில் உட்கார்ந்து உருப்படியாக நிறையப் படிக்க முடிகிறது. செஸ் விளையாட முடிகிறது. வம்புச் சண்டைக்கு வரும் பையன்களைச் சமாளிப்பதும் ரொம்ப சுலபம்! கையைக்காலை ஆட்டி அடித்து உதைக்கவே வேண்டாம். தொபுக்கட்டீர் என்று மேலே விழுந்து அப்படியே படுத்துக்கொண்டுவிட்டால் போதும்! ஐயோ, அம்மா என்று அலறி, தம் தோல்வியை ஓப்புக்கொண்டுவிடுவார்கள்!

இப்படியான காரணங்கள் மட்டுமில்லை. இயல்பிலேயே அவனுக்கு நொறுக்குத்தீனி என்றால் ரொம்பப் பிடிக்கும். கட்டுப்படுத்தமுடியாத ஒரே பெரிய கெட்ட பழக்கம் அது. வறுத்த வேர்க்கடலை, பொறித்த அப்பளம், சமோசா, பஃப், பஜ்ஜி, வடை, பூரி கிழங்கு என்று எதெல்லாம் நாக்குக்குப் பிடிக்கிறதோ, அதெல்லாம் ஏனோ உடம்புக்குப் பிடிப்பதில்லை. நாக்குக்கும் உடம்புக்கும் அப்படியென்ன ஜென்மப் பகையோ? ஐ டோண்ட் கேர்! என் ஓட்டு நாக்குக்குத்தான் என்று தெளிவாக இருந்தான் பாலு.

"நல்லா படிக்கறே. கெட்டிக்காரனா இருக்கே. கொஞ்சம் தீனியைக் குறைச்சுக்கோடா பாலு" என்று அம்மா அடிக்கடி சொல்லுவாள். மகாலிங்க வாத்தியாரும் அதையேதான் எப்போதும் சொல்லுவார். "பாலு, இன்னிக்கு மத்தியானம் மட்டும் நீ உண்ணாவிரதம் இரேன்!"

"ஓயெஸ். இருக்கேன் சார். அதுக்கு முன்னாடி கொஞ்சம் சாப்புட்டு வந்துடறேனே. கொஞ்சம் தெம்பா இருக்கலாமே!" என்பான் அதே நகைச்சுவையுடன்.

"குண்டா! குண்டா! புள்ளையாரே!" வாத்தியார் செல்லமாக அவன் தொப்பையில் குத்துவார்.

அத்தனை தூரம் அவனைப்பற்றி நன்கு அறிந்த வாத்தியார்தான் இன்றைக்கு இப்படி இரக்கமே இல்லாமல் ரெண்டு இட்லி, ஒரு வடை, ஒரு கரண்டி பொங்கல் என்று சொல்லுகிறார்! அடுக்குமா இது! பாவம், அவன் வயிறு என்ன பாடுபடும்?

"புள்ளையாரே! நாம ஸ்டீம் போட்டுல போகப் போறோம். அந்தத் தீவுல ஆசுபத்திரியெல்லாம் ஒண்ணும் கிடையாது. உடம்புக்கு ஒண்ணுன்னா ரொம்பக் கஷ்டமாயிடும். லிமிட்டா சாப்பிடறதுதான் நல்லது. தவிர, கடல் பயணத்தின்போது நிறைய சாப்பிடறதும் நல்லதில்லை" என்று மகாலிங்க வாத்தியார் சொன்னார்.

கடல் பயணம்!

அந்த ஒரே ஒரு காரணத்துக்காகத்தான் பாலு அந்தக் கொடுமையைச் சகித்துக்கொண்டான். எத்தனை நாள் கனவு அது! கடலுக்குப் பக்கத்திலேயே இத்தனை வருஷமாக வாழ்ந்து வந்தாலும் படகு ஏறிப் போகிற கனவு மட்டும் நனவாகாமலேயே இருந்தது. பல பையன்கள் லாகவமாக நீச்சல் அடிப்பார்கள். பொங்கி எழுந்து வரும் அலையின்மீது தாவிக்குதித்து ஒரு மீன் மாதிரி துள்ளி எழுவார்கள். பாலுவுக்குப் பார்க்கப் பொறாமையாக இருக்கும். குண்டாக இருப்பதில் இதுதான் மிகப்பெரிய பிரச்னை! யாரும் அவனுக்கு

நீச்சல் சொல்லிக் கொடுக்கக் கூட முன்வரமாட்டேன் என்கிறார்கள்.

"ஐயய்யோ. உன்னைத் தூக்கித் தண்ணில போட்டா, மூழ்கிடுவியேடா குண்டா" என்று ஒதுங்கி விடுகிறார்கள்.

"ப்ளீஸ் சார். எனக்கு நீச்சல் சொல்லிக்குடுங்க சார்" என்று அவன் பலமுறை மகாலிங்க வாத்தியாரிடம் கேட்டிருக்கிறான். "நீ ஒரு அஞ்சு கிலோ எடை குறைச்சுக்காட்டு. அப்புறம் சொல்லித்தரேன். நீச்சல்ங்கறது உடம்பைட்ரிம்மாவும் ஆரோக்கியத்தை சீராவும் வெச்சிருக்க உதவுற ஒரு கலை. நீ நீச்சல் கத்துக்கிட்டு வீட்டுக்குப் போய் இருபது இட்லியும் நாப்பது வடையும் அமுக்கினேன்னா என்ன பிரயோஜனம்?" என்று கட் அண்ட் ரைட்டாகச் சொல்லிவிட்டார் வாத்தியார்.

எத்தனையோ பையன்கள் மிகச்சிறிய வயதிலேயே நீச்சலில் சூரர்களாக இருப்பதை பாலு பார்த்திருக்கிறான். ஆனால் ஆறாங்கிளாஸ் வந்தபிறகும் தன்னால் நீச்சல் அடிக்க முடியாமல் இருக்கிறதே என்று வெட்கமாக இருந்தது அவனுக்கு. சரி, நீச்சல்தான் முடியவில்லை; படகிலாவது ஏறிப் போகலாம் என்றாலும் மீனவர்கள் சுத்தமாக மறுத்துவிடுவார்கள். "படகுல போறதுக்கும் கொஞ்சம் நீச்சல் தெரிஞ்சிருக்கறது அவசியம் தம்பி" என்று சொல்லிவிட்டார்கள்.

இதென்ன அக்கிரமம்? வேண்டுமென்றே தன்னை ஒதுக்குகிறார்கள் என்று அவனுக்குக் கோபம் கோபமாக வந்தது.

ஆனால் பள்ளியில் சாரணர் வகுப்பில் இருக்கிற மாணவர்களை கடற்படை அதிகாரிகள் துணையுடன்

பக்கத்தில் கொஞ்ச தூரத்தில் இருக்கிற பன்றித்தீவுக்கு அழைத்துப் போகிறார்கள் என்கிற நல்ல சேதி வந்ததுமே பாலு பரவசமாகிவிட்டான். அவன்தான், அந்தப் பள்ளிக்கூடத்தில் சாரணர் படை லீடர். கொஞ்சமாவது உடம்பைக் குறைக்கவேண்டும் என்று உத்தரவாதம் வாங்கிக்கொண்டுதான் மகாலிங்க வாத்தியார் அவனை லீடர் ஆக்கியிருந்தார். உடம்பு குறையாவிட்டாலும் லீடர் பதவி அப்படியேதான் இருந்தது என்பதால் அவனும் ஸ்டீம் போட் ஏறி பன்றித்தீவுக்குப் போவது ஒருவழியாக உறுதியாகிவிட்டது.

O

அதிகாலை ஆறு மணிக்கு மாணவர்கள் அத்தனை பேரும் கடலோரக் காவல்படையின் அலுவலகத்துக்கு வந்து குழுமிவிட்டார்கள். மகாலிங்க வாத்தியார் காக்கி பேண்ட், சட்டையில், சாரணர் தொப்பி அணிந்து, பார்க்க கம்பீரமாக இருந்தார். காவல்படை அதிகாரிகள் வெள்ளை வெளேரென்று உடை உடுத்தி, மாணவர்களுக்கு சுடச்சுட தேநீர் அளித்தார்கள். பாலுவுக்கு அந்த அனுபவமே புதிதாகவும் பரவசமாகவும் இருந்தது. என்ன புண்ணியம் செய்திருக்கிறார்கள் இந்த அதிகாரிகள்! கடல் அலை தொடும் தூரத்தில் ஆபீஸ்! மரத்தில் சிறு பாலம் கட்டி ஆபீஸின் பின்புறக் கதவைத் திறந்து அப்படியே காலாற நடந்து பத்தடி போனால் படகுகள் காத்திருக்கின்றன. போரடித்தால் ஜாலியாக ஏறி ஒரு ரவுண்டு அடித்துவிட்டுத் திரும்பிவிடலாம்!

எப்பேர்ப்பட்ட வாழ்க்கை இது! அடடா, நான் பெரியவனானால் நிச்சயம் ஒரு கடற்படை அதிகாரியாகத்தான் ஆகவேண்டும்!

"பாய்ஸ்! ஒரு மாறுபட்ட அனுபவத்தை உங்களுக்குத் தரணும்னுதான் பன்றித்தீவுக்கு சாரணர்களைக் கூட்டிக்கிட்டுப் போக ஏற்பாடு செஞ்சோம். இந்த முயற்சிக்கு ஒத்துழைச்ச கடலோரக் காவல்படையினருக்கு நம்மோட நன்றிகளை முதல்ல சொல்லிடணும். பன்றித்தீவு இங்கேருந்து ஆறு கடல்மைல் தொலைவுல இருக்கு. உங்கள்ள சிலர் கட்டுமரம் ஏறிப் போயிருப்பீங்க. ஆள் நடமாட்டம் இல்லாத பன்றித்தீவுல பன்றிகளும் கிடையாது! அப்புறம் எதுக்கு அந்தப் பேர் வந்ததுன்னு இனிமேத்தான் ஆராய்ச்சி பண்ணணும். அந்த வேலையை அப்புறம் வெச்சுக்கலாம். நாம இப்ப எதுக்கு அங்க போறோம் தெரியுமில்லையா?"

"தெரியும் சார். தீவை ஸ்டடி பண்ணணும்னு சொல்லியிருக்கீங்க. அங்க என்னென்ன தாவரங்கள் இருக்கு, மண் எப்படி இருக்கு, என்னென்ன பறவைகள், உயிரினங்கள் நிறைய இருக்கு... இதையெல்லாம் கவனிக்கணும். அப்புறம், நம்ம ஊரைவிட தீவு எப்படி, எதனால, ஏன் சுத்தமானதா இருக்குங்கறதைப் பத்தி ஒரு கட்டுரை எழுதணும்...."

"வெரி குட் பாலு. எல்லாரும் கேட்டுக்கிட்டீங்களா? புறப்படுவோமா?"

பையன்கள் ஹோவென்று உற்சாகக் குரல் எழுப்பிய வண்ணம், அந்தக் கடலோரக் காவல்படை அலுவலகத்தின் பின்புறம் அமைக்கப்பட்டிருந்த சிறிய போட் ஜெட்டியின் மரப்பாலத்தின்மீது திமுதிமுவென்று ஓடி, தயாராக நின்றிருந்த ஸ்டீம் போட்டில் ஏறினார்கள்.

"பாத்து! பாத்து! மெதுவா ஏறுங்க" என்றார் வாத்தியார்.

"டோண்ட் ஒர்ரி சார். எங்க சார்ஜண்ட்ஸ் அங்க இருக்காங்க. அவங்க பாத்துப்பாங்க" என்று சொன்னார் வெள்ளை வெளேரென்று உயரமாக, ட்ரிம்மாக இருந்த கடற்படை அதிகாரி.

"தேங்க்யூ வெரிமச் கேப்டன் நாராயணமூர்த்தி! நாங்க கிளம்பறோம்" என்று அவரிடம் விடைபெற்று வாத்தியாரும் வந்து படகில் ஏறிக்கொண்டார். படகு சிறு உறுமலுடன் புறப்பட்டது.

கொஞ்சதூரம் வரை கரை தெரிந்தது. தாங்கள் படகு ஏறிய இடம் கண்ணுக்குப் புலப்பட்டது. சட்டென்று எல்லாம் மறைந்து, நாலாபுறமும் நீலம் பரவி, உலகமே நீராலானது போலத் தோன்றியதை வியப்புடனும், விழிப்புணர்வுடனும் கவனித்துக் குறித்துக்கொண்டான் பாலு.

"கடல்லே எப்படி திசை தெரியும் சார்?" அவன் கேட்பதற்காகக் காத்திருந்தமாதிரி, ஒரு கடற்படை அதிகாரி அவனை அழைத்துக்கொண்டு எஞ்சின் ரூமுக்குப் போனார்.

"பாய்ஸ்! எல்லாரும் வாங்க" என்று அழைத்து, அங்கே படகு ஓட்டுநருக்கு முன்னால் இருந்த திசைகாட்டும் கருவியைச் சுட்டிக்காட்டினார்.

"இதை வெச்சுத்தான் கண்டுபிடிப்போம். இது ஒரு அறிவியல்! சயன்ஸ்! கடல் இயல்னு தனி சப்ஜெக்ட் இருக்கு. கடல் அறிவியல் வேற, கடல் இயல்வேற! ரொம்ப இண்ட்ரஸ்டிங்கா இருக்கும். உங்கள்ள எத்தனை பேருக்கு கப்பல் கேப்டன் ஆகணும்னு லட்சியம் இருக்கு?" என்று கேட்டார் அந்த அதிகாரி.

பல பையன்கள் கையைத் தூக்கினார்கள்.

"வெரி குட். தண்ணீர்ங்கறது ஒரு சக்தி. மிகப்பெரிய, பிரும்மாண்டமான சக்தி. பாக்கறதுக்கு சாது மாதிரி இருக்கில்லையா? ஆனா அதனோட சக்தி அபரிமிதமானது. கடல் பொங்கறதுன்னு கேள்விப்பட்டிருக்கிங்களா?..."

"ஆமா சார். புயல் வீசும்போது..."

"கரெக்ட். அப்ப தண்ணில உற்பத்தியாகிற சக்தி மின்சாரத்தைவிடப் பலமடங்கு பெரிசு. நாம கடலைப் புரிஞ்சுக்கணும்னா, ஒண்ணு தண்ணியாவே மாறணும் மனசுக்குள்ள. அல்லது மீனா மாறணும்"

"மீனா மாறுவதா! அதெப்படி?" என்றான் பாலு.

"முதல்ல உடம்பைக் குறைச்சு நீச்சல் கத்துக்கணும் புள்ளையாரே!" என்றார் வாத்தியார். பையன்கள் சிரித்தார்கள்.

பாலு திரும்பிப் பார்த்து முறைத்தான். "நீங்க சொல்லுங்க சார்" என்றான்.

"தண்ணீரோட சூட்சுமம் புரிஞ்சுக்கறது கொஞ்சம் கஷ்டம். படிக்கணும். பெரியவனானதும் மெரைன் பயாலஜி படிச்சீங்கன்னா புரியும்." என்றவர், அங்கே எடுத்துவந்திருந்த ஒரு குண்டு புத்தகத்தைப் பிரித்து பாலுவிடம் காட்டினார். கொட்டை கொட்டை எழுத்துகளில் கடலின் இயல்புகளை இரண்டு இரண்டு வரிகளில் அழகாக, மாணவர்களுக்குப் புரியும்விதத்தில் அதில் விளக்கி எழுதப்பட்டிருந்தது. கூடவே அழகழகாக நிறையப் படங்களும் இருந்தன.

பாலு ஆர்வமுடன் அந்தப் புத்தகத்தை வாங்கிக்கொண்டு தனியே போனான். அவன் அதைப் புரட்டத் தொடங்கியதும் ஒரு கப்பல் பணியாளர்

வந்து அனைத்து மாணவர்களுக்கும் மீண்டும் சுடச்சுடத் தேநீர் அளித்தார்.

"எனக்கு ரெண்டு தம்ளர் வேணும்" என்றான் பாலு.

சிரித்துக்கொண்டே அவனுக்கு இரண்டு கிளாஸ் தேநீர் அளித்தவர், "அங்க நிறைய டீ இருக்கு. எவ்ளோ வேணுமோ எடுத்துக் குடிக்கலாம்" என்று சொன்னார்.

"ரொம்ப தேங்ஸ் சார். ஒரு விஷயம். என்னைமாதிரி குண்டு பையன்கள் நீச்சல் கத்துக்கிட்டு கடலைப் புரிஞ்சுக்க முடியாதா?"

அவர் கனிவாக அவன் தலையைக் கோதிவிட்டு, "தாராளமா முடியும். ஆனா முதல்ல கடல்ல நீச்சல் பழகக் கூடாது. ஸ்விம்மிங் பூல்லெ போய்க் கத்துக்கணும். தொடர்ந்து நீச்சல் அடிச்சா உடம்பு தானா குறையும். அப்புறம் கடல் நீச்சலுக்கு வரலாம்"

பாலுவுக்கு இப்போது கொஞ்சம் தெம்பாக இருந்தது.

முக்கால் மணிநேரக் கடல் பயணம். அவனுக்குப் பரவசம் பிய்த்துக்கொண்டு போனது. எப்பேர்ப்பட்ட அனுபவம்! நாலாபுறமும் கடல். எல்லையற்ற கடல்வெளி. மீன்கள் உள்ளே ஓயாமல் நீந்திக்கொண்டிருக்கின்றன. அவற்றுக்கு யார் நீச்சல் சொல்லிக்கொடுத்திருப்பார்கள்? கடலின் வேகத்தை எதிர்த்துக் கப்பல்களும் படகுகளும் போகின்றன. சாதிக்க முடியாதது என்று ஏதாவது இருக்கிறதா என்ன? சரியான முனைப்புதான் வேண்டும். அது இருந்துவிட்டால், கடலை வெல்லுவது மிகச் சுலபம்!

இப்படித் தோன்றியதுமே அவனுக்குப் புத்துணர்ச்சி உண்டாகிவிட்டது.

சரியாக ஐம்பது நிமிடம் ஆனபோது எதிரே கரை தென்பட்டது.

"பாய்ஸ்! பன்றித்தீவு வந்தாச்சு. இறங்கணும்" என்று மகாலிங்க வாத்தியார் குரல் கொடுத்தார். மீண்டும் பையன்கள் ஓவென்று உற்சாகக் குரல் கொடுத்துக்கொண்டு தத்தம் பைகளை எடுத்துக்கொண்டு தயாராகப் படகின் விளிம்புக்கு வந்து நின்றார்கள்.

இன்றைய தினத்தை என் வாழ்நாளிலேயே மறக்க முடியாது என்று பாலு நினைத்துக்கொண்டான். அவனுக்கு அப்போது தெரியாது. அன்றைய தினம் மட்டுமல்ல; அடுத்து வரப்போகிற பத்து நாட்களையும் கூட அவனால் உயிருள்ளவரை மறக்கமுடியாமல் இருக்கப் போகிறது என்று!

மகிழ்ச்சியுடன் அவன் பன்றித்தீவில் கால் வைத்தான். அங்கே அவனுக்கு ஓர் அதிர்ச்சி காத்திருந்தது!

2. மர்ம மனிதர்கள்

பன்றித் தீவில் இறங்கியதுமே பாலுவுக்கு உற்சாகம் பெருகிவிட்டது. வெண்ணெய் மாதிரி இருந்தது அந்தத் தீவின் மணல். கால் புதையப் புதைய நடந்துகொண்டும் ஓடிக்கொண்டுமே இருக்கலாம் போலிருந்தது. பத்தடிக்கு ஒரு காட்டு மரமும் பறந்தோடும் சிறு குருவிகளும் தொலைவில் மட்டுமே தென்படும் வெண்ணாரைகளும் கடலின் இரைச்சலுமாகச் சேர்ந்து அவன் பரவசத்தை அதிகரித்துக்கொண்டிருந்தன. அடடா, வாழ்ந்தால் இந்தமாதிரி ஒரு ஊரில் அல்லவா வாழவேண்டும் என்று நினைத்தான்.

ஆனால் தீவில் மனிதர்கள் யாரும் வாழ்வது மாதிரியே தெரியவில்லை. மகாலிங்க வாத்தியார் சொன்னார்: "இங்க பொதுவா வீடுகள் கிடையாது. சில மீனவர்கள் மத்தியான நேரங்கள்ள இளைப்பாற வருவாங்க. சாப்பிட்டுப் படுத்துத் தூங்கிட்டுப் போவாங்க. மத்தபடி ஆள் நடமாட்டமில்லாத தீவு இது"

"அப்ப நாம எதுக்கு சார் வந்திருக்கோம்?" என்று கேட்டான் பன்னீர் செல்வம்.

"சும்மா ஒரு சேஞ்சுக்குன்னு வெச்சிக்கங்க. ஆள் நடமாட்டம் இல்லாத தீவு எப்படி இருக்கும்னு நீங்க தெரிஞ்சிக்க வேணாமா?"

"ஆமா சார், ஆமா சார்" என்று பலபேர் குரல் கொடுத்தார்கள்.

இரண்டு மணிநேரம் சாரணர் வகுப்பு மிகத் தீவிரமாக நடந்தது. ஓடச் சொல்லியும் குதிக்கச் சொல்லியும் உடற்பயிற்சிகளுக்கு மிகவும் முக்கியத்துவம் கொடுத்தார் மகாலிங்க வாத்தியார்.

"குண்டா! நல்லா ஓடுடா. வேத்து விடணும். மூச்சு இறைக்கணும். அப்பத்தான் இளைப்பே. அப்பத்தான் நீச்சல் கத்துக்க முடியும். அப்பத்தான் நீஞ்சியே இங்க நீ அடிக்கடி வரவும் முடியும்" என்றார்.

"சான்ஸே இல்லை சார். இந்தத் தீவு கடலோர காவல்துறை கட்டுப்பாட்டுல இருக்காம். யாரும் சுலபமா வர முடியாதாம்" என்றான் பாலு.

"உனக்கு எப்படிடா தெரியும்?"

"வரும்போது அந்தப் படகுல வந்தாரே ஒரு ஆபீசர், அவர்கிட்டே கேட்டேன்"

"அடடே, வெரிகுட். தகவல்களை சேகரிக்கறது நல்ல பழக்கம்." என்றார் மகாலிங்க வாத்தியார்.

சாரணர் பயிற்சி வகுப்புகள் ஒருவாறு முடிவடைந் ததும் மாணவர்களுக்கு சுடச்சுட மதிய உணவு வழங்கப்பட்டது. புளியோதரைப் பொட்டலங்களும்

தயிர்சாதப் பொட்டலங்களும். "கீழ இரைக்காம சாப்பிடணும் பசங்களா" என்றார் வாத்தியார்.

"மண்ணுதானே சார்!"

"மக்கு. மண்ணுதான். ஆனா எவ்ளோ சுத்தமா இருக்குப் பாரு. இதுல சாதத்தைக் கொட்டினா உனக்கே பார்க்க அசிங்கமா இருக்காது!"

"அது... ஆமா சார்."

பாலு நைஸாக இரண்டு இரண்டு பொட்டலங்கள் எடுத்துக்கொண்டு சாப்பிடத் தனியாகப் போனான். கடலோர மணல் வெளியைத் தாண்டியதுமே வரிசையாக நிறைய காட்டு மரங்கள் வரத்தொடங்கி யிருந்தன. அடர்ந்த, அடிப்பகுதி பருத்த மரங்கள்தான் அனைத்துமே. "இந்தத் தீவுல இருக்கற பல தாவரங்கள் மருத்துவ குணம் மிக்கவை. அதுங்களைப் பராமரிக்கறதுக்காகத்தான் இதை பாதுகாக்கப்பட்ட பகுதியா அரசாங்கம் வெச்சிருக்கு" என்று கடலோர காவல்துறை அதிகாரி சொன்னது அவன் நினைவுக்கு வந்தது.

பாலுவுக்கு அந்தத் தீவை முழுவதுமாகச் சுற்றி வரவேண்டும் என்று விருப்பம் எழுந்தது. மொத்த பரப்பளவே ஒன்றரை கிலோமீட்டர்தான் என்று சொல்லியிருந்தார்கள். கடற்கரை ஓரமாகவே சுற்றி வந்தால் ஐம்பது நிமிடத்தில் சுற்றிவிடலாம் என்று கேள்விப்பட்டிருந்தான். ஒரு ரவுண்டு போகலாமா என்று நினைத்தான். வாத்தியார் உதைப்பார் என்று பயமாகவும் இருந்தது. யாராவது நாலு பசங்கள் உடன் வந்தால் தைரியமாகப் போகலாம். அல்லது மகாலிங்க வாத்தியாரையே கூட அழைத்துப் போகச் சொல்லலாம். அவர் கூட வருகிற பட்சத்தில்

கடலோரமாக என்ன, மரங்களின் ஊடே புகுந்தே போகலாம். காட்டுக்குள் பயணம் செய்வது எப்பேர்ப்பட்ட அனுபவம்!

இவ்வாறுநினைத்துக்கொண்டேசுமார்இருபதடிதூரம் நடந்திருப்பான். சட்டென்று சூரிய வெளிச்சம் மிகவும் மங்கி, மரங்கள் மிகவும் அடர்த்தியாக மூடியிருப்பதை உணர்ந்தான். எங்காவது புலி, கரடி என்னவாவது வந்துவிடுமோ என்று ஒருகணம் அச்சமாக இருந்தது. உடனே 'சேச்சே. அந்தமாதிரி இடத்துக்கெல்லாம் அழைத்துவரமாட்டார்கள்' என்றும் நினைத்துக்கொண்டான். திரும்பிப் போய்விடலாம் என்று நினைத்த வேளையில் இடைவேளை நேரம் இன்னும் நிறையவே மிச்சமிருக்கிறது என்பதும் நினைவுக்கு வந்தது. நடந்தவாக்கிலேயே சாப்பிட்டு வந்தவனுக்கு, பொட்டலங்கள் தீர்ந்ததும் தண்ணீர் வேண்டும்போலிருந்தது. அடடே, தண்ணீரை மறந்துவிட்டோமே என்று நாக்கைக் கடித்துக்கொண்டான்.

வேறு வழியில்லை. திரும்பித்தான் ஆகவேண்டும் என்று அலுத்துக்கொண்டே திரும்பியவனுக்கு சடாரென்று இன்னொரு யோசனையும் உதித்தது. என்னதான் தீவு என்றாலும் கடலுக்கு நடுவே இருப்பதென்றாலும் இத்தனை தாவரங்கள், மூலிகைகள் முளைக்கும் இடத்தில் தண்ணீர் இருக்காதா என்ன? ஒரு பத்து நிமிஷம் மேற்கொண்டு சுற்றிவிட்டுத் திரும்பிவிடலாம் என்று நினைத்துக்கொண்டு மேலே நடந்தான்.

நடக்க நடக்க கானகம் மிகவும் இருண்டுகொண்டே வந்தது. வெளிச்சம் துளியும் இல்லாமல் வெறும் கடலின் இறைச்சல் மட்டுமே கேட்டுக்

கொண்டிருந்தது. ஒரு லாங்-ஜம்ப் செய்தால் கடல் வந்துவிடும் என்றுதான் நினைத்தான். ஆனால் அக்கம்பக்கத்தில் மரங்கள்தான் கூடிக்கொண்டு வந்தனவே தவிர கடலைக் காணோம். ஒரு வினாடி நின்று திரும்பிப் பார்த்தான். வந்த பாதை சரியாகவே தெரிந்தது. ம்ஹூம். பிரச்னை இல்லை. எப்படியும் பத்திரமாகத் திரும்பிவிடமுடியும்!

ம்மே என்று குரல்கொடுத்துக்கொண்டு ஒரு ஆட்டுக்குட்டி அவனைத்தாண்டி, தாவிப்போனது. சில பறவைகளின் குரல் க்ரீச்க்ரீச்சென்று இடைவிடாமல் கேட்டுக்கொண்டே இருந்தது. ரசித்தபடியே மேலும் நடந்தவன் சற்று தூரம் போனதும் வலப்புறம் கொஞ்சம் தள்ளி தொலைவில் ஒரு பாழடைந்த வீடு இருப்பதைக் கண்டான். உடனே அவனுக்கு மிகவும் ஆச்சர்யமாகப் போய்விட்டது. மனிதர்களே இல்லாத தீவில் வீடு மட்டும் எப்படி இருக்கிறது? யார் கட்டியிருப்பார்கள்? எப்போது கட்டியிருப்பார்கள்?

ஆவல் அதிகரிக்க, அதை நோக்கி நடக்க ஆரம்பித்தான்.

அது மிகப்புராதனமான வீடு போலிருந்தது. முன்புறம் பாதிக்கு மேல் உடைந்து, உதிர்ந்திருந்தது. பழுப்பாகிப்போன கருப்புப் பலகை ஒன்று உடைந்து ஒரு ஓரமாகக் கிடைந்தது. அதில் 'கடலோர..' என்கிற வார்த்தை மட்டும்தான் படிக்கும்படி இருந்தது. மற்றெல்லாம் அழிந்திருந்தது. ஒஹோ, இது அரசாங்கக் கட்டடம்தான் போலிருக்கிறது என்று நினைத்துக்கொண்டான். ஆனால் யாரும் உள்ளே இருந்து வேலை பார்ப்பதாகத் தெரியவில்லை. கதவு பூட்டப்பட்டிருந்தாலும் ஜன்னலெல்லாம் முழுவதுமாக உடைந்து கட்டடத்தின் உள்புறம் முழுவதுமே பார்க்கும்விதத்தில் இருந்தது.

கிட்டே போய் எட்டிப்பார்த்தான். நின்று கொஞ்ச நேரம் யோசித்துவிட்டு மீண்டும் கீழே இறங்கி, அந்தப் பாழடைந்த கட்டத்தை ஒருமுறை சுற்றி வந்தான். ஒரு ஆபீஸ் இங்கே இருந்திருக்கிறது என்றால் ஒரு குழாய் இருக்காதா என்ன? ஆபீஸ் இல்லாவிட்டாலும் அந்தக் குடிநீர்க் குழாய்க்கு இப்போது உயிர் இருக்காதா என்ன?

அவன் எதிர்பார்த்தபடியே அந்தக் கட்டடத்தின் பின்புறம் சுவரை ஒட்டியபடி ஒரு பிளாஸ்டிக் பைப் அழுக்கேறிக் கிடந்தது. பைப்பின் மறுமுனை ஒரு குழாயில் சொருகப்பட்டிருந்தது! அப்படிப்போடு! அவன் ஆர்வமுடன் குழாயைத் திறந்துபார்த்தான். ஆஹா, தண்ணீர் வருகிறதே!

ஆனால் குடிக்க முடியாதபடி நீர் உப்பாக இருந்தது. எனவே, அவன் வெறுமனே கைகளை மட்டும் கழுவிக்கொண்டு, முகத்தையும் தண்ணீர் அடித்து புத்துணர்ச்சி ஏற்றிக்கொண்டான். மறுபடியும் குழாயை மூடியபோதுதான் அந்தச் சத்தம் அவன் கவனத்தைக் கவர்ந்தது.

யாரோ பேசுவது போலல்லவா இருக்கிறது? இந்த இடத்தில் யார் இருப்பார்கள்? அதுவும் பாழடைந்த பழைய அலுவலகம்!

இரண்டு அடுக்குகளாக இருந்த அந்தக் கட்டடத்தின் மாடிக்குப் போகும் படிகள் உடைந்து சிதிலமாகியிருந்ததை முன்புறத்தில் நின்றபோதே அவன் கவனித்திருந்தான். ஆனால் மாடியிலிருந்து இப்போது பேச்சுக்குரல் வருகிறது! யாராக இருக்கும்? பூட்டிக்கிடக்கும் கட்டடத்துக்குள் எப்படி அவர்கள் நுழைந்து, உடைந்த மாடிப்படி ஏறி மேலே

போயிருக்க முடியும்? ஜன்னல் வழியாகப் போக முடியும்தான். ஆனால் கதவைத் திறக்காமல் ஜன்னல் வழியே எகிறிக்குதித்து உள்ளே போய், மாடி ஏறி ரகசியமாகப் பேசுபவர்கள் நிச்சயம் கடலோரக் காவல்படை அதிகாரிகளாக இருக்கமுடியாது!

என்ன செய்யலாம்? அவனுக்குக் கொஞ்சம் திகிலாகவும் அதே சமயம் ஆர்வமூட்டும் விதமாகவும் இருந்தது மாடியிலிருந்து வந்த அந்த கிசுகிசுப்புப் பேச்சு. திரும்பிப் போய்விடலாம் என்றுதான் முதலில் நினைத்தான். ஆனால் அப்படி என்னதான் அவர்கள் பேசுகிறார்கள்? நின்று கேட்டால்தான் என்ன என்றும் தோன்றியது.

ஒரு முடிவுக்கு வந்தவனாக விறுவிறுவென்று அந்தக் கட்டடத்தைச் சுற்றிக்கொண்டு முன்புறம் போனான். உடைந்து கிடந்த ஜன்னலில் ஏறி உள்ளே குதித்தான். கீழே தரை உடைந்து மண்ணும் சிமெண்டுமாக இருந்தது. பழையகால மேசை நாற்காலிகள் இரண்டும் உடைந்து ஒரு ஓரத்தில் கிடந்தன. மாடிப்படியோரம் போய் நின்றவன், மேலே ஏறலாமா என்று யோசித்தான். அது மரப்படி. ஏறினால் சத்தம் வரும் என்பதால் அங்கேயே நின்று காதைத் தீட்டிக்கொள்ள முடிவு செய்தான். இரண்டு நிமிடங்கள் அமைதி காத்ததும் பேச்சு துல்லியமாகக் கேட்டது. மாடியில் இரண்டு பேரல்ல; மூன்று பேர் இருக்கிறார்கள் என்பதும் புரிந்தது!

"இன்னிக்கு ராத்திரி நாம கிளம்பறோம். திரும்பி வர சரியா அஞ்சு நாள் ஆகும். அதாவது அடுத்த புதன்கிழமை நாம திரும்பி இங்க வரோம். அதுக்குள்ள நமக்கு இங்க புதையல் இருக்கற இடத்தோட ப்ளூ - ப்ரிண்ட் கிடைச்சுடும். அடுத்த புதன்கிழமைங்கறது

அமாவாசை தினம். அன்னிக்கு ராத்திரியே தோண்டி எடுத்துக்கிட்டு படகு பிடிச்சா, விடியற நேரம் அங்க போய்ச் சேர்ந்துடலாம்..."

ஒருத்தன் பேசிக்கொண்டிருக்க, மற்ற இருவரும் 'உம்' 'உம்' என்று சொல்லிக்கொண்டிருந்தார்கள். பாலுவுக்கு மூச்சிறைத்தது. இதென்ன, கதைகளில் வருவது மாதிரி, புதையல், அமாவாசையென்று என்னென்னவோ பேசுகிறார்கள்! யார் இவர்கள்? கொள்ளைக்காரர்களா? இந்தக் காலத்தில் புதையலெல்லாம் கூட இருக்குமா என்ன? யார் புதைத்து வைத்திருக்கிறார்கள்? அந்த விவரம் இவர்களுக்கு எப்படித் தெரிந்தது? அதென்ன அஞ்சு நாள் கணக்கு?

குழப்பமும் பயமும் அவனைக் கவ்விக்கொண்டன. மிகவும் வியர்த்தது. சாப்பிட்ட இரண்டு பொட்டலம் புளியோதரையும் ஜீரணமாகிவிட்ட மாதிரி இருந்தது. இங்கிருந்து முதலில் போய்விடலாம் என்று நினைத்தான். அவன் திரும்பியபோது தோளில் ஒரு கை விழுந்தது.

அதிர்ந்து திரும்பிய பாலுவுக்குத் தன்னைத் தொட்ட வனைப் பார்த்ததும் அதிர்ச்சி இரு மடங்கானது!

3. கொள்ளைக் கூட்டம்

"நீயா?" என்றான் பாலு. அவன் கொஞ்சம் கூட எதிர்பார்க்கவேயில்லை. அந்தப் பாழடைந்த அலுவலகக் கட்டடத்தின் மாடிப் பகுதியில் பேசிக்கொண்டிருந்தவர்கள் சொன்ன விஷயத்தைக் கேட்டு ஏற்கெனவே பயத்திலிருந்தவனுக்கு, சட்டென்று தோளில் கை வைத்து அழைத்தவன் - தன் உயிர் நண்பன் குடுமிநாதன் என்கிற பத்மநாபனே என்று தெரிந்தும் அதிர்ச்சி அத்தனை சீக்கிரம் நீங்கவில்லை.

"நீ எப்படிடா இங்க வந்தே?" என்று ரகசியக் குரலில் கேட்டான் பாலு.

"உன்னைத் தேடித்தான் வந்தேன். சட்டுனு காணாம போயிட்டியே. வாத்தியார் தேடறார்" என்றான் அவன்.

"சரி வா" என்று அவன் கையைப் பிடித்து இழுத்துக்கொண்டு வெளியே பாய்ந்து, இருபதடி தூரம் ஓடியபின் தான் நின்று மூச்சு விட்டான்.

"என்னடா பண்ணே அங்கே? ஏன் இப்படி பயந்து ஓடிவரே? அங்க யார் இருக்கா? நீ எதைப் பார்த்தே?" என்றான் குடுமி.

"பயங்கரம்டா குடுமி. யாரோ பெரிய கொள்ளைக் காரங்க போலிருக்கு. இந்தத் தீவுல ஒரு பெரிய புதையல் இருக்காம். அடுத்த புதன்கிழமை ராத்திரி அதைத் தேடி எடுக்கப் போறாங்களாம். என்னவோ ப்ஆூ ப்ரிண்ட் வேற வருதாம் - புதையல் இருக்கற இடத்தைக் காட்ட! சினிமா மாதிரி பேசறாங்க. நம்பவே முடியலை"

"என்னடா சொல்றே?" என்று கத்தினான் குடுமி.

"உஷ்! உரக்கப் பேசாதே. நிஜம்தான் சொல்றேன். அவங்க பேசிட்டிருந்ததை நான் கேட்டேன். ஆளே இல்லாத இந்தத் தீவுல எதுக்கு மூணு நாலுபேர் அந்தப் பாழடைஞ்ச வீட்டு மாடில உக்காந்து பேசணும்? யாரும் வரமாட்டாங்கன்ற நம்பிக்கைலதான் அவங்க உரக்கப் பேசிட்டிருந்தாங்க. எப்படியோ அது என் காதுல விழுந்துடுச்சி..."

"புதையலா? என்ன புதையல்?"

"தெரியலை. கதை மாதிரி இருக்கில்ல? நாம முத்து காமிக்ஸ்ல படிப்போமே? அந்த மாதிரி போல இருக்கு. ஆனா இது கதை இல்லை. நெஜமாவே பேசிட்டிருந்தாங்க. அடுத்த புதன்கிழமை ராத்திரி இங்க இவங்க திரும்ப வரப்போறாங்க. புதையலைத் தோண்டி எடுக்கப் போறாங்களாம்...."

சிறிதுநேரம் நண்பர்கள் இருவரும் பேசாமல் நடந்துகொண்டிருந்தார்கள். நடந்த சம்பவத்தை அவர்கள் இருவராலுமே நம்ப முடியவில்லை.

ஆனால் இது கதையல்ல. பாலு கதை விடுபவன் அல்ல என்று குடுமிநாதனுக்கு நன்றாகத் தெரியும். மேலும் அவன் முகம் பேயறைந்தது மாதிரி இருண்டு கிடப்பதையும் கவனித்தான். பயங்கரமாக ஏதோ சதி நடக்கப்போவதை பாலு கண்டுபிடித்திருக்கிறான்! இனி என்ன செய்வது?

"பேசாம நம்ம மகாலிங்க வாத்தியார் கிட்ட சொல்லிடலாமாடா?" என்று கேட்டான் குடுமி.

"சேச்சே" என்று சட்டென்று மறுத்துவிட்டான் பாலு. "நீ ஏன் அங்கல்லாம் போனன்னு நம்மை உதைப்பாருடா. பேசாம இரு. நாம கொஞ்சம் யோசிப்போம்" என்று சொன்னான்.

அவனுக்கு ஒரு யோசனை தோன்றியது. அந்தக் கடலோர காவல்படை அதிகாரி மிகவும் நல்லவராகத் தெரிகிறார். பேசாமல் அவரிடம் விஷயத்தைச் சொல்லிவிட்டால் என்ன? எப்படியும் அந்தக் கொள்ளைக்காரர்கள் தீவில் தான் இருப்பார்கள், இருட்டும் வரை. பகலில் அவர்கள் படகு ஏறிக் கிளம்பமாட்டார்கள். கிளம்பினால், கடலோரக் காவல் படையிடம் சிக்கிக்கொள்ள நேரும். அதற்குள் அதிகாரியிடம் சொல்லி, இப்போதே அவர்கள் அங்கே போய் பிடித்துக்கொள்ளச் செய்துவிட்டால் என்ன?

குடுமிநாதன் சொன்னான்: "ம்ஹூம். அதுவும் கஷ்டம்டா. ஒருவேளை நீ அவர்கிட்ட சொல்லி, அவர் போய் பிடிக்கறதுக்குள்ள அவங்க போயிட்டாங்கன்னா? உன்னைத்தானே திட்டுவாங்க?"

"எப்படிடா போகமுடியும்? இது சின்னத்தீவு தானே?"

"மக்கு. தப்பிக்கத் தெரியாமலா கொள்ளைக்காரங்க இங்க வருவாங்க. உனக்கும் எனக்கும்தான் இந்த இடம் புதுசு. அவங்களுக்கு பழகின இடமா இருக்கும்" என்றான் குடுமி.

ஒரு வகையில் அவன் சொல்லுவதும் சரிதான் என்று பாலுவுக்குத் தோன்றியது. இது ஒன்றும் சாதாரண விஷயமில்லை. ஒருத்தர் மேல் புகார் சொல்லி பிடித்துக்கொடுப்பது என்றால் அவரைப் பற்றிய முழு விவரங்களும் முதலில் தனக்குத் தெரிந்திருக்க வேண்டும். அவர்கள் வேறெதாவது பேசிக்கொண்டிருந்துவிட்டு, தாம் தவறாகப் புரிந்துகொண்டிருந்தால்? எத்தனை அவமானமாகிவிடும்! மேலும் அவர்கள் கொள்ளைக்காரர்களாகவே இருந்து, கடற்படை அதிகாரியிடம் இம்முறை தப்பித்துவிட்டால் நாளைக்கு நம்மை வந்து உதைக்க மாட்டார்கள் என்பது என்ன நிச்சயம்? துரத்தினால் ஓடக்கூட முடியாது, இந்த குண்டு உடம்பை வைத்துக்கொண்டு! போட்டு மொத்து மொத்தென்று மொத்தி கடலில் வீசி விட்டால்? ஐயோ!

வேண்டாத வேலைதான் என்று தோன்றியது. "இப்ப வெளில மூச்சு விடவேணாம்டா. கொஞ்சம் யோசிப்போம். அப்புறம் முடிவு பண்ணலாம்" என்று குடுமிநாதனிடம் சொன்னான்.

இருவரும் பேயறைந்தவர்கள் மாதிரி திரும்பி வந்துகொண்டிருப்பதைப் பார்த்த சக மாணவர்கள் "எங்கடா போயிட்டிங்க ரெண்டுபேரும்? வாத்தியார் கோபமா இருக்கார்" என்றார்கள்.

இதுவேறு! அவரை முதலில் சமாளித்தாக வேண்டும்.

மகாலிங்க வாத்தியார் கடலோரத்தில் கோப மூர்த்தி யாக இருந்தார். பாலுவைப் பார்த்ததும் "குண்டா! எங்கடா காணாமப் போன?" என்று கேட்டார்.

"ஒண்ணுமில்ல சார். காடு அழகா இருக்கேன்னு சும்மா கொஞ்சம் சுத்திப்பாக்கப் போனேன். வழி மறந்து போச்சு" என்றான் சட்டென்று.

மனத்துக்குள் கொஞ்சம் கஷ்டமாகத்தான் இருந்தது. வாத்தியாரிடம் போய் பொய் சொல்லுவதா? கடவுளே. நான் ஒரு கெட்ட பையன் ஆகிக்கொண்டிருக்கிறேனா என்ன?

"டேய் குண்டா! வள்ளுவர் என்ன சொல்லியிருக்கார்? பொய்மையும் வாய்மை இடத்து. எப்பொ? எதாவது நல்லது நடக்கும்ன்னா. நீ இப்ப உண்மைக் காரணத்தை உளறி வெச்சன்னா, ஏகப்பட்ட பிரச்னை வரும். ஒழுங்கா இன்னிக்கி வீடு போய் சேர முடியாது. பின்னால நிதானமா வாத்யார்கிட்டயே விளக்கி சொல்லி மன்னிப்புக் கேட்டுக்கலாம். போட்டுக் குழப்பிக்காத" என்று அவன் மனச்சாட்சி சொன்னது.

அன்று பிற்பகல் ஒரு மணி நேரம்தான் சாரணர் வகுப்பு நடந்தது. அதன்பின் மகாலிங்க வாத்தியார், மாணவர்களை அழைத்துக்கொண்டு தீவைக் கொஞ்சம் சுற்றி வந்தார். ரொம்ப உள்ளே போகாமல் ஓரளவு காட்டைச் சுற்றிப் பார்த்து இது என்ன மரம், அது என்ன கொடி, இந்தத் தழையைப் பார், அந்தப் பறவையைப் பார் என்று சொல்லிவிட்டு மீண்டும் கடற்கரைக்கே வந்து அமர்ந்தார்கள். கொஞ்சநேரம் அலையில் நின்று பையன்கள் களித்தார்கள்.

"குண்டா, நீ தண்ணில எவ்ளோ தூரம் வேணா நடந்து போகலாம்டா. கடல் அலையால உன்னைத் தள்ளமுடியாது!" என்று வாத்தியார் ஜோக்கடித்தார்.

பாலுவுக்கு மனமெல்லாம் காலை அந்தப் பாழடைந்த வீட்டில் கேட்ட பேச்சுதான் வட்டமிட்டுக் கொண்டிருந்தது. திரும்பத் திரும்ப அவர்கள் பேசியதை அவன் நினைவு கூர்ந்து பார்த்தான். பேச்சு துல்லியமாகத்தான் மீண்டும் காதுகளில் ஒலித்தது. அடுத்த புதன்கிழமை மீண்டும் வருவோம். அன்று அமாவாசை. அதற்குள் ப்ளூ ப்ரிண்ட் வந்துவிடும். புதையலை எடுத்துக்கொண்டு போய்விடலாம் - இதுதான் அவர்கள் பேசியது. சந்தேகமே இல்லை.

"என்னடா?" என்று கேட்டான் குடுமிநாதன்.

"டேய் குடுமி. எனக்கு சந்தேகமே இல்லடா. நிச்சயம் அவங்க பேசினது ஏதோ திருட்டுக் காரியமாத்தான். பிரமையெல்லாம் இல்லை. தெளிவாவே இருக்கேன். ஏதோ பெரிய சதி பண்றாங்க. அவங்க யாரு? என்ன சதி? இங்க என்ன புதையல் இருக்கு? அது எப்படி அவங்களுக்குத் தெரிஞ்சது? எப்படி கடற்படை அதிகாரிகளுக்குத் தெரியாம போச்சு? இவங்க இங்க அடிக்கடி வருவாங்களா? இதையெல்லாம் நாம கண்டுபிடிக்கணும்டா" என்றான் தீவிரமாக.

"என்னடா சொல்ற?" அதிர்ந்தே போனான் குடுமி.

"ஆமாடா. நாமே கண்டுபிடிப்போம். முதல்ல நான் காதால கேட்டதெல்லாம் உண்மைதானான்னு தெரிஞ்சுக்கணும். அவங்க என்ன பண்றாங்க, எப்படிப் பண்றாங்கன்னு ஒளிஞ்சு இருந்து பாக்கணும். நிச்சயமா தப்பு காரியம்தான் பண்றாங்கன்னு தெரிஞ்சதுக்கு அப்புறம் வாத்தியார் கிட்ட சொல்லி, கடற்படை ஆபீசர்கிட்ட சொல்லிடுவோம். அப்புறம் அவங்க பாத்துப்பாங்க" என்றான் பாலு.

"அதுசரி. நீ எப்படி கண்டுபிடிப்பே? விளையாடறியா? அடுத்த புதன்கிழமை நீ இங்க வரப்போறியான்ன?" என்றான் குடுமி.

"நான் மட்டும் இல்லே. நீயும் வரே. நாம ரெண்டுபேரும் சேர்ந்தே கண்டுபிடிப்போம்!" என்று சொன்னான் பாலு.

குடுமிநாதனுக்கும் அந்த விஷயம் திகிலூட்டும் பரவசமாகத்தான் இருந்தது என்றாலும் எப்படி மீண்டும் பன்றித் தீவுக்கு வரமுடியும்? கடற்படைப் படகு உதவி இல்லாமல், உடன் அதிகாரிகள் வராமல் இங்கு எப்படி வருவது? நீச்சலடித்துக்கூட வரமுடியாதே! ரொம்ப தூரமாச்சே, கரையிலிருந்து? சரி, நீச்சலடித்தே வரலாம் என்றாலும் தன்னால் முடியும். இந்த குண்டனால் எப்படி முடியும்? அவனுக்கு நீச்சல் கூடத் தெரியாதே! தண்ணியில் தூக்கிப் போட்டால் உருளைக்கிழங்கு மாதிரி அமுங்கிவிடுவானே.

தன் சந்தேகத்தை அவன் பாலுவிடம் சொன்னபோது அவன் கொஞ்சம் யோசித்தான். பிறகு, "தெரியலைடா. ஏதாவது வழி கண்டுபிடிப்போம். ஆனா நாம கண்டிப்பா அடுத்த புதன்கிழமை இங்க வந்தே ஆகணும். என்னதான் நடக்கப்போகுதுன்னு பார்த்தே தீரணும். ஒரு கொள்ளைக் கூட்டத்தைப் பிடிச்சிக் குடுக்கறதுன்னா சாதாரணமான விஷயமா? நாம அதை செஞ்சே ஆகணும். ஒரு தப்பு நடக்கும்போது பார்த்துக்கிட்டு சும்மா இருக்கக்கூடாது. ஏதாவது வழி கண்டுபிடிப்போம்" என்றான்.

மாலை அவர்கள் மீண்டும் கரைக்குத் திரும்ப சரியாக நான்கு மணிக்குக் கடற்படை ஸ்டீம் போட் வந்து விட்டது. புதிதாக வேறு சில அதிகாரிகள் இம்முறை

படகில் வந்தார்கள். மகாலிங்க வாத்தியாருடன் கை குலுக்கி, மாலை வேளைத் தேநீர் அருந்தி, பிஸ்கெட் சாப்பிட்டு, எல்லா மாணவர்களுக்கும் ஒரு சான்றிதழ் வழங்கி சின்னதாக ஒரு விழாவே நடத்திவிட்டார்கள்!

போட் புறப்பட்டதும் பாலுவும் குடுமியும் நேரே டிரைவரிடம் போனார்கள். "வணக்கம் சார். என் பேர் பாலு. இவன் என் ஃப்ரெண்ட் பத்மநாபன். ரெண்டுபேரும் எயித் ஸ்டாண்டர்ட் படிக்கறோம்" என்றான் பாலு.

"அப்படியா?" என்றார் டிரைவர். இவர் காலை அழைத்துவந்த டிரைவர் இல்லை. வேறு ஒருவர்.

"நீங்க இந்தத் தீவுக்கு அடிக்கடி வருவிங்களா டிரைவர் சார்?" என்றான் குடுமி.

"எப்பனாச்சும் வருவோம் தம்பி. இங்கல்லாம் எங்களுக்கு வேலை கிடையாது. இதைத் தாண்டி இன்னும் நாலு மைல் போனா மைனா தீவுன்னு ஒண்ணு இருக்கு. அங்க நம்ம ஆபீஸ் இருக்குது. அங்க அதிகாரிங்க போவாங்க. அப்ப போவறதுதான்" என்றார் டிரைவர்.

"இங்க கூட உங்க ஆபீஸ் ஒண்ணு இருக்கே" என்றான் பாலு.

"இருந்தது. இப்ப இல்ல. ஒரு பில்டிங் இருக்குமே? முன்ன அங்க சிப்பி எடுக்கறவங்க வருவாங்க. அங்கியே மீன் கொள்முதல் பண்றதும் நடக்கும். போன வருசத்துலேருந்து அங்க மீன் வரத்து நின்னுபோச்சி. ஒண்ணும் சரியா கெடைக்கறதில்லை. அதனால எல்லாரும் மைனா தீவு பக்கம் போக ஆரம்பிச்சிட்டாங்க..." என்றார் டிரைவர்.

ஓ என்று கேட்டுக்கொண்டு இருவரும் இஞ்சின் அறையை விட்டு வெளியே வந்தார்கள்.

"இப்ப என்னடா பண்றது? " என்றான் குடுமி.

"எதுக்கு?"

"நாம அங்க திரும்பப் போகறதுக்கு?"

"அதுவா. அதுக்கு நான் ஏற்கெனவே ஒரு வழி கண்டு பிடிச்சிட்டேனே?" என்று குறும்பாகச் சிரித்தான் பாலு.

"என்ன வழி?" உடனே பரபரப்பானான் குடுமிநாதன்.

"சொல்றேன். ஆனா இப்ப இல்ல!" என்று கண்ணடித்தான் பாலு!

4. ரகசிய வார்த்தை

அமாவாசை அன்று இரவு பன்றித் தீவுக்கு மீண்டும் எப்படிச் செல்வது?

தீவிலிருந்து புறப்பட்ட வினாடியிலிருந்தே பாலுவுக்கு இதே சிந்தனைதான். நண்பன் குடுமிநாதனும் அதே விஷயத்தை ஒரு பிரச்னையாக எழுப்பியபோது, அவனது யோசனை இன்னும் தீவிரமடைந்தது. ஒப்புக்கு, தன்னிடம் ஒரு வழி உள்ளதாக அவன் தன் நண்பனிடம் சொல்லியிருந்தாலும் அந்த வழி பலனளிக்குமா என்பது அவனுக்கு சந்தேகம்தான்.

கடற்கரையிலிருந்து சற்று உள்ளடங்கி, பிரதான சாலையின் இடதுபுறம் கிளை பிரியும் ஒற்றையடிப்பாதையின் முடிவில் உள்ள ஓம் முருகா நகரில் பாலுவின் வீடு இருந்தது. மூச்சுப் பிடித்து ஒரு ஓட்டமெடுத்தால் ஐந்தாவது நிமிடத்தில் கடற்கரையை அடைந்துவிடக்கூடிய தூரம் அது. அவனது வகுப்புத் தோழர்கள் பலரும் அங்கேயேதான் இருந்தார்கள் என்கி றபடியால் விளையாடுவதெல்லாம் கூட அந்த

வீதிகளிலேயேதான் அவனுக்கு சாத்தியம். கடலோர கிராமம் என்றாலும் கடற்கரைக்குப் போகவெல்லாம் அவனது பெற்றோர் அவ்வளவாக அனுமதிக்க மாட்டார்கள். நீச்சல் தெரியாத குண்டுப் பையனை எந்தப் பெற்றோர் தனியாக கடற்கரைக்கு அனுப்புவார்கள்? மேலும் அவனது சோடாபுட்டிக் கண்ணாடி ஒரு பெரும் பிரச்னை. அதைக் காரணம் காட்டியே அவனது அப்பா அவனை வீட்டைவிட்டு இறங்கக்கூடாது என்று எப்போதும் சொல்லுவது வழக்கம்.

ஆனாலும் பாலுவுக்கு டில்லிபாபு என்கிற மீனவச் சிறுவனுடன் ஓரளவு பழக்கம் இருந்தது. டில்லிபாபு, பாலுவின் பள்ளியில் படித்தவன் தான். திடீரென்று ஒருநாள் போதும் படித்தது என்று அவனது பெற்றோர் அவனைப் பள்ளிக்கு அனுப்புவதை நிறுத்திவிட்டார்கள். இது, பாலு உட்பட பள்ளியில் பலருக்கு அதிர்ச்சியளித்தது. யாராவது படிக்கிற பையனைப் பாதியில் நிறுத்துவார்களோ? ஆறவேயில்லை அவனுக்கு.

அன்றுமாலை அவன் நடந்ததை வீட்டில் சொன்னபோது, "என்ன பண்ணறது? சில பேரண்ட்ஸ் இப்படித்தான் ஏதாவது தப்புத்தப்பா செஞ்சிடுவாங்க. படிக்கிற பசங்களை ஸ்கூலுக்குப் போக விடாம செய்யறதைவிடப் பெரிய கொடுமை வேற இல்லை. பிறக்கும்போதே சம்பாதிக்க ஆரமிச்சிடணும்னு நினைக்கறாங்க." என்றார் பாலுவின் தந்தை.

"அவன் சுமாரா படிப்பாம்பா. எப்படியும் முப்பத்தஞ்சு, நாற்பது மார்க்ஸ் வாங்கிடுவான். புக்ஸ் வாங்க முடியலைன்னு நிறுத்தறாங்களாம். சொல்லி அழுதான்" என்றான் பாலு.

"நாம வேணா புக்ஸ் வாங்கித் தரலாம்டா கண்ணா. நீ சொல்லேன்" என்றாள் பாலுவின் அம்மா.

பாலுவுக்கு டில்லிபாபுவைத் தெரியுமே தவிர, அவன் 'ஃப்ரெண்ட்' அல்ல. டில்லிபாபு எப்போதும் வகுப்பில் கடைசி பெஞ்சில்தான் உட்கார்ந்திருப்பான். பெரும்பாலான வகுப்புகளில் அவன் கொரர் என்று குறட்டை விட்டபடி தூங்க ஆரம்பித்துவிடுவான். வாத்தியார்கள் எழுப்பி பெஞ்ச் மேல் நிற்கவைத்துக் கேட்டால் "நைட்டு கடலுக்குள்ளாற போயிட்டேன் சார். அதான்" என்பான்.

பாலுவுக்கு அதுவே பெரிய அதிசயமாக இருக்கும். தன் வயதொத்த பையன் தான். தினசரி கடலுக்குள் மீன்பிடிக்கப் போய், ஓய்வு நேரத்தில் பள்ளிக்கும் வருகிறான்! எப்படித்தான் இவர்களெல்லாம் இப்படிச் செய்கிறார்கள். தைரியமாக எப்படியொரு சிறு பையனைக் கடலுக்கு அனுப்புகிறார்கள் அவனது பெற்றோர்?

யோசித்து யோசித்துப் பார்த்தாலும் அவனுக்கு விடை தோன்றாது.

"எலேய், நீ கடலுக்கு வேணா போ, நெலவுக்கு வேணா போ. க்ளாசுக்கு வந்தா ஒளுங்கா படிக்கணும். இங்க வந்து தூங்கற வேலை வெச்சிக்கிட்டே, முட்டிக்கு முட்டி தட்டிடுவேன்!" என்று வாத்தியார்கள் எச்சரித்தால் "சரி சார்" என்று விழித்துக்கொள்ளுவான். ஆனாலும் அடுத்த வகுப்பில் மீண்டும் கொரர் கொரர் தான்!

பலநாள் டில்லிபாபு குளிக்காமல்தான் பள்ளிக்கு வருவான். ஒரே சட்டையை ஒருவாரம் போட்டுக் கொள்வான். முகத்தில் எண்ணெய் வழிவதை

ஒருபோதும் துடைக்க மாட்டான். யாருடனும் பழகாமல் வகுப்பில் தனியே அமர்ந்திருப்பது அவன் வழக்கம்.

பாலுவின் அம்மா, 'நாம் வேண்டுமானால் அவனுக்கு புக்ஸ் வாங்கித் தரலாமே' என்று சொன்னதையொட்டி, டில்லிபாபுவின் பெற்றோரிடம் பேச ஒருநாள் பாலு கடற்கரையை ஒட்டியுள்ள மீனவர் குடியிருப்புக்கு அவனைத் தேடிக்கொண்டு போனான்.

டில்லிபாபுவின் பெற்றோரிடம் விஷயத்தைச் சொன்னபோது "ரொம்ப நல்ல மனசு தம்பி உனுக்கு. ஆனா, டில்லி இனிமேங்காட்டியும் பள்ளியோடத்துக்கு வரமாட்டான்னா வரமாட்டான் தான்... எனுக்கு வயசாயிரிச்சி. கடலுக்குள்ளாறப் போவ ஒரு தொணை வேண்டியிருக்கு. அந்த டில்லிக்களுதைக்கும் படிப்பு வரமாட்டேங்குது. எலவசமா சோறு போட்டு படிப்பு சொல்லித் தாராங்கன்னு சொல்லித்தான் போனான். இப்ப என்னான்னா, அஞ்சக்குடு, பத்தக்குடுன்னு அப்பப்ப உசிரை வாங்கறான். முடியலை தம்பி..." என்றார் அவனது அப்பா.

"அவன் கொஞ்சம் கஷ்டப்பட்டா நல்ல மார்க் வாங்கலாம்ங்க. நீங்கதான் கொஞ்சம் உதவி செய்யணும்.. நைட்டுல படிக்க முடியாம கடலுக்குப் போனா எப்படி மார்க் வரும்? ஒரு நாலஞ்சு வருஷம் அவனை ஒழுங்கா படிக்க விட்டிங்கன்னா, தேறிடுவானே" என்றான் பாலு.

"அதெல்லாம் சரிப்படாதுப்பா. நீ போ. அவன் வரமாட்டான்" என்று கட் அண்ட் ரைட்டாகச் சொல்லிவிட்டார் டில்லிபாபுவின் அப்பா.

தோல்வியுடன் வீடு திரும்ப வேண்டியதாகிவிட்டது. எப்போதாவது மார்க்கெட்டில் பிறகு அவன் டில்லிபாபுவைப் பார்ப்பான். பார்த்ததும் சிரித்துவிட்டு, ஓரிரு வார்த்தைகள் பேசுவான். பிறகு "நா வரேண்டா. அம்மா தேடும்" என்று சொல்லிவிட்டு ஓடிவிடுவான். அவனுக்குப் படிக்கும் ஆர்வம் இருந்தது. ரொம்ப ஆர்வம் என்று சொல்ல முடியாவிட்டாலும் கொஞ்சம் தட்டிக்கொட்டினால் தேர்வுகளில் பாஸாகிவிடக்கூடிய பையன் தான். ஏனோ படிப்பை நிறுத்திவிட்டார்கள்.

பாலுவுக்கு இப்போது அந்த டில்லிபாபுவின் நினைவுதான் வந்தது. நீச்சல் தெரிந்த டில்லிபாபு. கட்டுமரம் ஏறிக் கடலுக்குள் மீன்பிடிக்கப் போகும் டில்லிபாபு. தைரியசாலியான டில்லிபாபு. பள்ளிக்கூடத்துக்கு வராவிட்டால் என்ன? அவனுக்கு கடலின் இயற்கை தெரியும். எப்போது சீறும், எப்போது தணியும், என்னென்ன பிரச்னைகள் வரும், எது வந்தால் எப்படிச் சமாளிப்பது என்று எல்லாம் தெரியும். அவனிடம் விஷயத்தைச் சொல்லி உதவி கேட்டால் என்ன?

இதுதான் பாலுவுக்கு வந்த யோசனை. நண்பனிடம் அதை அவன் சொல்லவில்லை. மாறாக, தானே டில்லிபாபுவிடம் பேசி, அவன் ஒப்புக்கொண்டதும் சொல்லலாம் என்று முடிவு செய்துகொண்டான்.

அன்று மாலை சாரணர் மாணவர்கள் அனைவரும் பத்திரமாக கரைக்குத் திரும்பி, மகாலிங்க வாத்தியாரிடம் விடைபெற்று அவரவர் வீடுகளுக்குப் போய்விட்டார்கள். வாத்தியாரும் மீனவக் குடியிருப்போரம் நிறுத்தியிருந்த தன் சைக்கிளில் ஏறிக் கிளம்பிவிட்டார். கடலோரப் பாதுகாப்புப்படை

ஆபீஸிலிருந்து ஒரு கிலோமீட்டர் தொலைவில்தான் டில்லிபாபுவின் குடிசை இருந்தது. பாலு ஒருகணம் யோசித்தான். நேரே டில்லிபாபுவைப் போய்ப் பார்த்துவிட்டே வீட்டுக்குப் போவது என்று முடிவு செய்து, விறுவிறுவென்று நடக்க ஆரம்பித்தான்.

இருட்டத் தொடங்கியிருந்த நேரம். கடலோரக் காற்று சும்மா ஜிலுஜிலுவென்று அள்ளிக்கொண்டு போனது. தென்னை மரங்களின் தாலாட்டு மிகவும் சுகமாக இருந்தது. மாவு மாதிரி காலடியில் மிதபட்ட மணல் நடப்பதற்குப் பரம சுகமாக இருந்தது. ஓடத்தொடங்கினால் கால் புதைந்தது. அது ஒருவிதமான அனுபவமாக இருந்தது. இயற்கைதான் எத்தனை அற்புதங்களைத் தன்னுள் ஒளித்து வைத்திருக்கிறது!

பாலு, டில்லிபாபுவின் வீட்டை அடைந்து, வாசலில் இருந்த வேலிப்படலைத் தள்ளித் திறந்து உள்ளே போய் குரல் கொடுத்தான்.

மூன்று முறை அழைத்ததும் எழுந்து வந்த டில்லிபாபு தூங்கிக்கொண்டிருந்தது தெரிந்தது. பாலுவைக் கண்டதும் "இன்னாடா, இந்நேரத்துல? எப்படி இருக்கே?" என்றான் அவன்.

"உன்கிட்டே ஒரு விஷயம் சொல்லணும் டில்லி. கொஞ்சம் வெளில வரியா?" என்றான் பாலு.

"சொல்லு. நேத்திக்கு கடலுக்குள்ளாற போயி, இப்பத்தான் திரும்பி வந்தோம். ரெண்டுநாளா தூங்கலை. மீனும் இன்னிக்கு அத்தனை நல்லா அகப்படலை" என்றான்.

"உங்கப்பா இருக்காரா?" என்றான் பாலு.

"சாராயக்கடைக்குப் போயிருக்காரு" என்று சாதாரணமாகச் சொன்னான்.

திக்கென்றது பாலுவுக்கு. எத்தனை இயல்பாகச் சொல்லுகிறான்! கடவுளே! கெட்ட விஷயங்கள் கூட பழகிவிட்டால் சாதாரணமாகிவிடுமா என்ன?

"டில்லி. நான் சொல்லவந்ததுக்கு முன்னால் உனக்கு ஒண்ணு சொல்லிடறேன். நீ மீன் பிடி. தப்பில்லே. ஆனா பெரியவனானதும் நீயும் இந்தமாதிரி சாராயமெல்லாம் குடிக்க ஆரம்பிச்சிடாதே. உடம்புக்கு ரொம்பக் கெடுதல் அது. நீயும் நேத்து வரைக்கும் ஸ்கூலுக்கு வந்து படிச்சவன் தானே. "

"சேச்சே. எனக்கு அந்த வாடையே பிடிக்காதுரா. ஆனா எங்கப்பாவைத் திருத்த முடியாது. எங்கம்மாவே சொல்லி சொல்லி அலுத்துப் போச்சு" என்றான் டில்லி.

இருவரும் வெளியே நடந்தார்கள். இருபதடி தூரம் தள்ளியிருந்த மாதா கோயிலின் பின்புறத் திண்ணையில் போய் அமர்ந்ததும் பாலு நேரே விஷயத்துக்கு வந்தான்.

"டில்லி. ஒரு முக்கியமான விஷயம். இன்னிக்கு ஸ்கவுட்ஸ் எல்லாரும் பன்றித்தீவுக்குப் போயிருந்தோம், மகாலிங்க வாத்தியார் அழைச்சிக்கிட்டுப் போனார்" என்று ஆரம்பித்து, மதிய உணவு நேரத்தில் தான் மட்டும் தனியாக காட்டுக்குள் போனதையும் அங்கிருந்த பாழடைந்த கட்டடத்தில் கேட்ட இரு குரல்கள் பற்றியும் எதிர்வரும் அமாவாசை தினத்தன்று அவர்கள் புதையல் தோண்டி எடுத்து, ஸ்டீம் போட் ஏறித் தப்பிக்க இருப்பது பற்றியும் விரிவாகச் சொன்னான்.

"என்னாடா சொல்லுறே?" என்றான் டில்லி.

"ஆமடா. அத்தனையும் உண்மை. நானே என் காதால கேட்டேன். வாத்தியார்கிட்டே சொல்லிடலாம்னு தான் முதல்ல நினைச்சேன். ஆனா சின்னபசங்க எதையாவது பாத்துட்டு உளறுவாங்கன்னு நினைச்சிடு வாரோன்னு பயம். ஆனா எனக்கு சந்தேகமே இல்லை. அவங்க அப்படித்தான் பேசிக்கிட்டிருந்தாங்க. நான் கேட்டது சத்தியம்!" என்றான் பாலு.

ஒருகணம் மிகத்தீவிரமாக யோசித்த டில்லிபாபு, "நா ஒண்ணு சொன்னா நம்புவியா?" என்றான்.

"சொல்லு."

"நீ சொன்னே பாரு, ரெண்டுபேரு, அம்மாவாசை அன்னிக்கு வரப்போறாங்க, புதையல் எடுக்கப் போறாங்க அப்பிடின்னு... அதே ரெண்டு ஆளுக, அதே அமாவாசை பேச்சு பேசி நா கேட்டிருக்கேன்!" என்று கண்ணடித்தான்.

"என்னது?" அதிர்ந்துபோனான் பாலு.

"ஆமாடா. அதே பன்றித்தீவுலதான்... ஒருநாள் மீன் பிடிக்கப் போனபோது அங்க இறங்கி சாப்பிட்டுக்கிட்டிருந்தோம். உன்னிய மாதிரியே நானும் காட்டுக்குள்ளார சும்மா நடந்து போனேன். அந்தக் கட்டடம்... முன்னாடி எப்பவோ நேவி ஆபீசா இருந்திருக்கு. ஆளுக வந்து போயிக்கிட்டு இருந்திருக்காங்க. அப்புறம் அங்கிருந்து ஆபீசை இடம் மாத்திட்டாங்க. இப்ப நரித்தீவுல இருக்குது ஆபீசு. இங்க கட்டடத்தை சும்மா பூட்டுபோட்டு வெச்சிருக்காங்க. யாரும் வரதில்ல. ஏன்னா, மீனவருங்க இந்தப் பக்கம் போவுறது கம்மி. மீன்

வரத்து எந்தப் பக்கம் அதிகமோ, அங்கத்தான் போவாங்க. யாருமே போவாத ஏரியாங்கறதால, இங்க செயல்பாடுங்க நின்னுபோச்சி. தப்பித்தவறி அன்னிக்கு ஒருநாள் நானும் எங்க சேக்காளிகளும் இந்தப் பக்கம் போகவேண்டியதாயிருச்சி. அப்பத்தான் கேட்டேன்.... இதே மேட்டருதான். இன்னாடா இது என்னென்னவோ பேசறானுங்களேன்னு நினைச்சேன். எங்க அப்பாராண்ட கூட சொன்னேன். அதெல்லாம் நீ பேசாத; நமக்கு அதெல்லாம் வாணாம், வேலயப்பாருன்னு சொல்லிட்டாரு..."

"அடப்பாவி! இப்படியாடா விடறது? தீவுல அப்ப ஏதோ மர்மம் கண்டிப்பா இருக்குது!"

"ஆமாடா. அதுல சந்தேகமே இல்ல. நாலஞ்சு பேரு அங்க அடிக்கடி போறாங்க. எங்காளுங்க சிலர் மீன் பிடிக்க போவசொல்ல பாத்திருக்காங்க. பேண்ட் போட்ட ஆளுக எதுக்காக அந்தத் தீவுக்குப் போவணும், என்னா பேசறாங்க, என்ன திட்டம் எதும் புரியல. ஆனா ஒண்ணு. புதையலெல்லாம் எதும் அங்க இருக்கும்னு நான் நினைக்கல. இவனுங்க புதையல்னு ரகசிய வார்த்தைதான் சொல்லுறாங்க. வேற எதோதான் மேட்டரு" என்றான் டில்லிபாபு.

ரகசிய வார்த்தை! எனில், புதையல் என்று அவர்கள் குறிப்பிடுவது எதை? பாலுவுக்குப் பதற்றம் அதிகரித்தது.

"எதுவா இருந்தா என்னடா? சட்டவிரோதமாத்தான் அவங்க செயல்படறாங்க. விஷயம் நேவி ஆபீசர்களுக்குத் தெரியும் முன்னாடி நமக்குத் தெரிஞ்சது ஏன்னு கடவுளுக்குத்தான் தெரியும். நாமதான் இதுக்கு ஏதாவது செய்யணும். கண்டும் காணாமலும் விடறது தப்பு. ஒரு தப்பு நடக்குதுன்னு

தெரிஞ்சப்புறமும் சும்மா இருந்தா அதுதான் பெரிய தப்பு!" என்றான் பாலு.

"நானும் இப்பிடித்தாண்டா நினைச்சேன். ஆனா சின்னப்பையன் நான். நான் என்ன பண்ணமுடியும்? எங்கப்பாவே சும்மா இருடான்னு சொல்லிட்டாரு..."

"அப்பவே நீ எங்கிட்ட சொல்லியிருக்கலாம்..." என்ற பாலு, சே, அதெப்படி சொல்லுவான்? தானே ஒரு தேவை ஏற்பட்டபோதுதானே இவனிடம் சொல்ல வந்தேன் என்றும் நினைத்துப்பார்த்தான்.

"சரி, இப்ப உன் திட்டம் என்ன?"

பாலு ரகசியக் குரலில் சொன்னான். "நான் தீர்மானமே பண்ணிட்டேன் டில்லி. இதை சும்மா விடக்கூடாது. எப்படியாவது அவங்க யாரு, அவங்க திட்டம் என்னன்னு நாம கண்டுபிடிச்சே ஆகணும். சின்னப்பசங்களால முடியாதுன்னு எதுவும் கிடையாது. நல்லகாரியங்களைசெய்ய சின்னப்பசங்க, பெரிய ஆளுங்கன்னு பிரிச்சிப்பாக்கறது அவசியம் இல்லை. நம்மால எல்லாமே முடியும். தைரியம் தான் வேணும்" என்று சொல்லி நிறுத்தினான்.

உத்வேகம் கொண்ட டில்லிபாபு "சொல்லுடா. என்ன செய்யலாம். நானும் உனக்குத் துணைக்கு இருக்கேன். என்ன செய்யலாம், எப்படி செய்யலாம்?" என்றான் ஆர்வமுடன்.

உற்சாகமடைந்த பாலு தன் திட்டத்தை விவரிக்கத் தொடங்கினான்.

"எனக்கு ஒரே ஒரு விஷயம் சொல்லு. உனக்கு படகு ஓட்டத்தெரியுமா?"

"ம்ஹூம். போனதில்லை. ஆனா கட்டுமரம் தள்ளத்தெரியும்." என்றான் டில்லி.

"ஒரு அவசரம்னா உன்னால என்னையும் இன்னொருத்தனையும் வெச்சி கட்டுமரத்துல பன்றித்தீவுக்கு கூட்டிக்கிட்டுப் போகமுடியுமா?"

"முடியுமே! அந்த ரூட்டுல ஆழம் கம்மிடா. பயம் வேணாம்" என்றான் டில்லிபாபு.

"எனக்கு நீச்சல் தெரியாது. பரவாயில்லியா?"

"பரவாயில்ல. நான் பாத்துக்குவேன்"

"அப்ப தயாரா இரு. வர அமாவாசை அன்னிக்கு சாயங்காலம் நீ, நான், இன்னொருத்தன் மூணுபேரும் பன்றித்தீவுக்குப் போறோம்!" என்றான் பாலு.

"யாருடா அந்த இன்னொருத்தன்?" என்று ஆர்வத்தை அடக்கமாட்டாமல் கேட்டான் டில்லிபாபு.

"பொறுமை! பொறுமை! அமாவாசை அன்னிக்குத் தெரியும்!" என்று சஸ்பென்ஸ் வைத்துவிட்டு, "நான் வரேண்டா" என்று கிளம்பி ஓடிப்போனான் பாலு.

5. நள்ளிரவுப் பயணம்

அந்த அமாவாசைக்கு முதல் நாள் மாலை பாலு மீண்டும் டில்லிபாபுவைப் போய்ச் சந்தித்தான். இரண்டுபேரும் கடற்கரை மணலில் அமர்ந்து வெகுநேரம் பேசிக்கொண்டிருந்தார்கள். மனத்துக்குள் கொஞ்சம் பயமும் மேலான சாகச உணர்வும் சரிவிகிதத்தில் கலந்திருந்தது இருவருக்குமே.

"சமூக விரோதிகளை அடையாளம் கண்டு பிடிச்சிக் குடுக்கறது நல்லகாரியம் தாண்டா பாலு. ஆனா நாமளோ சின்னப்பசங்க. எசகுபிசகா மாட்டிக்கிட்டா என்ன செய்யறது?" என்றான் டில்லிபாபு.

"பயப்படாத டில்லி! கண்டிப்பா மாட்டிக்க மாட்டோம். நம்ம ப்ளான் என்ன? ரகசியமா நாளைக்கு ராத்திரி பன்றித்தீவுக்குப் போறோம். யார் கண்ணுலயும் படாம ஒளிஞ்சு இருந்து அவங்க என்ன பண்றாங்கன்னு பாக்கப்போறோம். அவங்களோட சதி என்ன, அந்தப் புதையல் என்னது, அதை எப்படித் தேடி எடுக்கறாங்கன்ற விஷயங்களை கவனமா பார்த்துவெச்சிக்கறோம். முடிஞ்சா கையும் களவுமா

அவங்களை மடக்கப் பாக்கறது. அது எப்படி முடியும்னு தெரியலை. ஒரு வேளை முடியலைன்னா, மறுநாள் காலை கடற்படை அதிகாரிகள் கிட்ட விஷயத்தைச் சொல்லிடறது..நாம பார்த்ததுக்கு சாட்சியா போட்டோவேற எடுக்கப்போறோமே!"

"போட்டோவா? நீ என்ன சொல்றே? அது எப்படி முடியும்? ஃப்ளாஷ் அடிச்சா தெரிஞ்சுடுமே?" என்று கவலைப்பட்டான் டில்லிபாபு.

"ஆமா. கொஞ்சம் ரிஸ்குதான். ஆனாலும் செஞ்சுதான் ஆகணும். இதுபத்தித்தான் இன்னிக்குக் காலைல குடுமிநாதன்கிட்ட பேசிக்கிட்டிருந்தேன்" என்ற பாலு, சட்டென்று பல்லைக் கடித்துக்கொண்டான்.

"ஓ, அவந்தான் அந்த மூணாவது ஆளா!" என்று அட்டகாசமாகச் சிரித்தான் டில்லிபாபு.

"சே. நாளைக்கு வரைக்கும் உனக்கு சஸ்பென்ஸா இருக்கட்டுமேன்னு நினைச்சேன். நான் ஒரு தவளை!" என்று செல்லமாகத் தன் தலையில் தானே குட்டிக் கொண்டான் பாலு.

"சொன்னதும் ஒரு வகைல நல்லதுதாண்டா. அவனையும் அழைச்சிக்கிட்டு வா. மூணுபேருமே சேர்ந்து பேசி முடிவு பண்ணுவோம்" என்றான் டில்லி.

இருட்டத்தொடங்கிய நேரம் பாலு, குடுமிநாதன் வீட்டுக்குப் போய் விஷயத்தைச் சொல்லி அவனையும் கடற்கரைக்கு அழைத்து வந்தான். டில்லியும் அவனும் சில நிமிடங்கள் பழைய கதைகள் பேசிவிட்டு விஷயத்துக்கு வந்தார்கள்.

"கேட்டுக்கங்கடா. இதான் ப்ளான். நாளைக்கு நைட் நீங்க ரெண்டுபேரும் வீட்டுல ஏதாவது சொல்லிட்டுக்

கிளம்பி வரீங்க. கரெக்டா இந்த மாதாகோயில் பின்புற சுவர்கிட்ட வந்து நிக்கணும். ஒன்பது மணிக்கு நான் வந்துடுவேன். ஒன்பதரைக்கு இங்க வெளிச்சம் சுத்தமா போயிடும். மாதா கோயில் வாசல்ல இருக்கற ஒரே ஒரு பல்பு மட்டும்தான் அப்ப எரியும். யார் கண்ணுலயும் படாம நாம கட்டுமரம் ஏறிடணும். கட்டுமரத்தைக் கடலுக்குள்ள தள்ள எனக்கு குடுமி உதவி பண்ணணும். பாலு, உன்னால முடியாதுன்னு எனக்குத் தெரியும்! நீ உன் உடம்பை பத்திரமா எடுத்துக்கிட்டு வந்து கட்டுமரத்துல ஏத்தினாலே பெரிய விஷயம்!" என்று சொல்லிவிட்டு டில்லி சிரித்தான்.

"அது ஒண்ணுதாண்டா எனக்கு பயமா இருக்கு. எனக்கு வேற நீச்சல் தெரியாது!" என்று வருந்தினான் பாலு.

"பத்திரமா போய்ச்சேருவோம். கவலையே படாத. கட்டுமரம் ஏறினா, சரியா அரை மணி நேரத்துல பன்றித்தீவுக்குப் போயிடலாம். காத்து நமக்கு சாதகமா இருக்கணும். அது ஒண்ணுதான் என் கவலை. உன்னை பத்திரமா கொண்டுபோகவேண்டியது என் பொறுப்பு. போதுமா?" என்றான் டில்லிபாபு.

மூவரும் திருப்தியுடன் கலைந்து, அவரவர் வீடு போய்ச் சேர்ந்தார்கள்.

மறுநாள் காலையிலிருந்தே பாலு கவனமாகத் தன் அம்மாவிடம், அன்றிரவு குடுமிநாதன் வீட்டுக்குப் படிக்கப் போகிறேன் என்று சொல்லிக்கொண்டிருந்தான். "க்ரூப் ஸ்டடி பண்ணப் போறோம்மா. அரையாண்டுப் பரீட்சை வருதில்ல? அதுக்காக" என்கிற அவனது பொய் அவனுக்கே கொஞ்சம் கஷ்டமாகத்தான் இருந்தது. ஆனாலும்

ஒரு நல்ல காரியத்துக்காகச் சொல்லப்படும் பொய் தவறாகாது என்றும் தன்னையே தேற்றிக் கொண்டான்.

"இத்தனை நாள் இல்லாம இதென்னடா புதுப்பழக்கம்? வேணும்ன்னா அவனை நம்ம வீட்டுக்கு வந்து படிக்கச் சொல்லேன்" என்றாள் பாலுவின் அம்மா.

"ஐயோ அம்மா! கொஞ்சம் புரிஞ்சுக்கோயேன். இன்னிக்கு நானும் மத்த சில ஃப்ரெண்ட்சும் அவன் வீட்டுக்குப் போறோம். இன்னொரு நாள் எல்லாரும் நம்ம வீட்டுக்கு வருவாங்க. சேர்ந்து படிச்சி எல்லாரும் நைண்டி மார்க்சுக்கு மேல வாங்கறதா ப்ளான் பண்ணியிருக்கோம்" என்றான் பாலு.

"சரி, நல்லா படிங்க. அதுபோதும்" என்றவள், "போகும்போது ஞாபகப்படுத்து. ராத்திரி பசிச்சா சாப்பிட கொஞ்சம் தின்பண்டங்கள் தரேன்" என்றும் சொன்னாள்.

ஆஹா. கட்டுமரப் பயணத்துக்கு உற்ற தின்பண்டங் களாக அவை இருக்குமோ என்று பாலுவுக்குள் ஒரு குஷி பிறந்தது. அடக்கிக்கொண்டு வழக்கம்போல் பள்ளிக்குப் போய்வந்தான்.

மாலையிலிருந்தே அவனுக்குப் பரபரப்பு தொற்றிக் கொண்டுவிட்டது. குடுமிநாதனும் அவன் வீட்டில் 'க்ரூப் ஸ்டடி'க்காக பாலுவின் வீட்டுக்குப் போவதாகவே சொல்லியிருந்தான். கவனமாக திட்டமிட்டே இருவரும் செயல்பட்டார்கள். டில்லி பாபுவுக்கு எந்தப் பிரச்னையும் இருக்காது. கட்டுமரம் எடுத்துக்கொண்டு கடலுக்குள் போவது அவனைப் பொறுத்தவரை மிகவும் சாதாரணமானதொரு விஷயம். அதுவும் பொதுவாகவே மாலை

வேளையில்தான் அவனும் அவனது அப்பாவும் மீன் பிடிக்கக் கிளம்புவார்கள். மறுநாள் மாலைதான் கரைக்கு வருவார்களாம். டில்லி சொல்லியிருக்கிறான்.

"என்னைப்பத்தி கவலைப்படாதிங்கடா. எனக்குப் பிரச்னையே இல்லை. எப்படியும் கரெக்டா வந்துடுவேன். நீங்க ஒழுங்கா வந்து சேருங்க. அதுபோதும். வரும்போது எடுத்து வரவேண்டிய பொருட்கள் ஞாபகம் இருக்கில்ல?"

"ஓ. ஒரு டார்ச் லைட், சின்ன கேமரா, பேனா கத்தி, ஒரு பெரிய கயிறு.. அப்புறம்..."

"மறந்துட்டியா? கொசு மருந்து அடிக்கற குழாய் சொல்லியிருந்தேனே" என்று நினைவூட்டினான் டில்லி.

"கண்டிப்பா எடுத்துட்டு வரேன். எங்கவீட்டுல ஒரு காலி ஸ்ப்ரே பாட்டில் இருக்கு. உள்ள தண்ணி ஊத்தி அடிச்சி விளையாடியிருக்கேன்." என்றான் பாலு.

"ஆனா, நான் சொன்னது விளையாட அல்ல. ஒரு பாதுகாப்புக்கு. அதுக்குள்ள நான் ஒரு சமாசாரம் ஊத்தி வெக்கறேன். ஒருவேளை உபயோகப்படலாம்" என்றான் டில்லி.

"என்னதுடா?" என்றான் குடுமிநாதன்.

"உஷ்! அதெல்லாம் நாளைக்குப் போகும்போது சொல்லுறேன்." என்று அவன் சொல்லியிருந்தான்.

இரவு ஏழு மணிக்கே அப்பாவின் குட்டி கேமராவை எடுத்து, அதில் பிலிம் இருக்கிறதா என்று பார்த்துவிட்டுத் தன் பள்ளிக்கூட நோட்டுப்புத்தகப் பையில் போட்டுக்கொண்டான் பாலு. தான்

எடுத்துச் செல்லவேண்டிய பிற பொருட்களையும் ரகசியமாக எடுத்து அதே பையில் திணித்துக்கொண்டு மேலே இரண்டு புத்தகங்களை வைத்து மறைத்துக்கொண்டான். கயிறு மட்டும் குடுமிநாதன் எடுத்து வருவதாகச் சொல்லியிருந்தான். இதெல்லாம் எதற்கு என்று திட்டம் இல்லாவிட்டாலும் ஏதாவது வகையில் உபயோகப்படும் என்று டில்லிபாபுதான் வலியுறுத்திச் சொல்லியிருந்தான்.

கடவுளே! இத்தனை ரகசியமாகத் திட்டமிட்டுப் புறப்படும் காரியம் நல்லபடியாக முடியவேண்டும்! பன்றித்தீவின் மர்மம் என்னவென்று எப்படியாவது தாங்கள் கண்டுபிடித்தே ஆகவேண்டும். கடற்படை அதிகாரிகளின் உதவியுடன் சமூக விரோதிகளைப் பிடித்தே தீரவேண்டும் என்று மானசீகமாக வேண்டிக் கொண்டு எட்டு மணிக்கு சாப்பிட உட்கார்ந்தான் பாலு.

"ராத்திரி ரொம்பநேரமெல்லாம் கண் விழித்துப் படிக்கவேணாம் பாலு. ஒரு பன்னெண்டு மணிக்குப் படுத்துடணும்" என்றார் பாலுவின் அப்பா.

"சரிப்பா."

"நான் வேணா உன்னை அவங்க வீட்டுவரைக்கும் கொண்டுபோய் விட்டுட்டு வரேன்"

திடுக்கிட்ட பாலு, "ஐயோ, அதெல்லாம் வேணாம்பா. நான் என்ன குழந்தையா? பக்கத்துத் தெருவுக்குப் போகத்தெரியாதா?" என்று அவரை அடக்கிவிட்டு அவசர அவசரமாகச் சாப்பிட்டு முடித்தான்.

"ஏண்டா இன்னிக்கு சரியாவே சாப்பிடலை?" என்றாள் அம்மா.

"இல்லியேம்மா. ஒழுங்காத்தானே சாப்பிட்டேன்?"

"ம்ஹூம். என்னவோ சரியில்லை. சாயங்காலத்து லேருந்தே ஒரே பரபரப்பா இருக்கே நீ!"

அவனுக்கு திக்கென்றது. அம்மா எப்படி இப்படி எல்லாவற்றையும் அலட்சியமாகக் கண்டுபிடித்து விடுகிறாள்! பன்றித்தீவு மர்மத்தைக் கூட அம்மா ஒருத்தியை அனுப்பினால் கண்டுபிடித்து விடுவாளோ.

மனத்துக்குள் வியந்தபடி புறப்பட்டான்.

பாலு கடற்கரை மாதா கோயிலை அடையும்போது மணி சரியாக ஒன்பது. குடுமி வந்திருக்கவில்லை. மிகவும் அமைதியாக இருந்தது சூழ்நிலை. தூரத்தில் கடலின் மெல்லிய இரைச்சல் மட்டும் கேட்டுக்கொண்டிருந்தது. தெற்கே இருநூறு அடி தொலைவில் சாலையில் மங்கலான விளக்கு ஒளி தெரிந்தது. அங்கிருந்து யார்பார்த்தாலும் அவன் அங்கே நிற்பது தெரியாது. தப்பித்தவறி மாதா கோயிலுக்கு இந்நேரம் பார்த்து யாரும் வராமல் இருந்தால் போதும் என்று அவன் நினைத்துக்கொண்டான்.

ஒன்பது பத்துக்குத்தான் குடுமி வந்தான். சொன்ன நேரத்துக்கு ஐந்து நிமிடம் முன்னதாகவே டில்லிபாபுவும் வந்துவிட்டான்.

"எல்லாரும் தயாரா? கிளம்பலாமா?"

மூவரும் ஒரு நிமிடம் கண்மூடி கடவுளைப் பிரார்த்தித்துக்கொண்டார்கள்.

"நாம சின்னபசங்கதாண்டா. ஆனாலும் ஒரு நல்ல காரியமாத்தான் கிளம்பறோம். கஷ்டமில்லாம

நல்லபடியா முடிச்சிட்டு வந்தா பிள்ளையாருக்குக் கண்டிப்பா ஒரு தேங்காய் உடைக்கணும்" என்று பாலு சொன்னான்.

"சரி, கிளம்புவோம்" என்றான் டில்லி.

மூவரும் அடிமேல் அடிவைத்து கடலை நெருங்கினார்கள். பாலுவுக்கு திக் திக் என்று அடித்துக்கொண்டது. காரணம் விளங்காத பயம் ஒன்று பந்துபோல் மனத்துக்குள் சுழன்றது. டில்லியும் குடுமியும் முனைந்து கட்டுமரத்தை இழுத்துத் தண்ணீரில் விட்டார்கள்.

"வாடா, சீக்கிரம் வந்து ஏறு" என்று கத்தினான் டில்லிபாபு.

பாலு நீரில் இறங்கி கட்டுமரத்தைப் பிடித்து ஏறும்போதே அது ஒரு பக்கமாகச் சரிந்தது.

"டேய், டேய்! பாத்துடா! நீ ஏறினா கட்டுமரத்துக்கே வலிக்குது போலிருக்கே!"

"பயமா இருக்குடா"

"சீ, பயப்படாம ஏறு. எங்க ரெண்டுபேருக்கும் நீச்சல் தெரியும். கவலைப்படாத" என்றான் டில்லி.

ஒரு வழியாக அவன் கட்டுமரத்தில் ஏறி உட்கார்ந்து ஒரு நிமிடம் ஆசுவாசப்படுத்திக்கொண்டான். அதிகம் அலையில்லாத கடலில் கட்டுமரம் மிதக்கத் தொடங்கிய அதேவேளை -

பாலுவின் அம்மாவுக்குக் கவலை வந்துவிட்டது. "இந்தப் பையனுக்கு ராத்திரி பசிக்குமே! முறுக்கு எடுத்து வெச்சேன். குடுக்க மறந்துட்டேன். நான் ஒருநிமிஷம் அந்த பத்மநாபன் வீட்டுவரைக்கும்

போயிட்டு வந்துடறேன்" என்று பாலுவின் அப்பாவிடம் சொல்லிவிட்டு அவசரமாகப் படியிறங் கினாள்.

தெரு முனையிலேயே குடுமிநாதனின் அம்மா எதிரே வருவதைப் பார்த்தாள்.

"யாரு? பாலு அம்மாவா? எங்க பையன் உங்க வீட்டுக்குத் தானே வந்திருக்கான்? படிக்கப் போறேன்னு சொல்லிட்டு புத்தகத்தை மறந்துட்டுப் போயிட்டான். அதைத்தான் எடுத்துக்கிட்டு வந்தேன். நீங்க குடுத்துடறிங்களா?" என்று கேட்டாள்.

"என்னது!" என்று அதிர்ந்து நின்றுவிட்டாள் பாலுவின் அம்மா.

6. சாகசம் ஆரம்பம்

*பா*லு, குடுமிநாதன், டில்லிபாபு குழுவினர் ஏறிய கட்டுமரம் கடலுக்குள் இறங்கி, சீரான வேகத்தில் நகரத்தொடங்கியபோது மணி சரியாக இரவு 9.30.

என்னதான் சாகசம் செய்யும் பரவசம் இருந்தாலும் பாலுவுக்கு உள்ளுக்குள் ஓர் உதைப்பு இருக்கவே செய்தது. மேலும் தான் ஒரு குண்டு பையன் என்கிற எண்ணம் அவனுக்கு அடிக்கடி மனத்துக்குள் எழுந்து எழுந்து அடங்கியது. ஒரு அவசர ஆத்திரத்துக்குப் பத்தடி ஓடக்கூட முடியாதே தன்னால் என்று நினைத்து மிகவும் வருந்தினான்.

"இப்ப வருத்தப்பட்டு என்னடா பிரயோஜனம்? மசால்வடை, போண்டா, ஸ்வீட்டையெல்லாம் லபக் லபக்குனு அமுக்கும்போது யோசிச்சிருக்கணும். நாலு இட்லி சாப்டு பிரேக் பாஸ்டை முடிக்கிறவங்களைப் பார்த்திருக்கோம். இவன் இட்லின்னாலும் இருபது கேக்கறாண்டா" என்று டில்லிபாபுவிடம் சொல்லிச் சிரித்தான் குடுமிநாதன்.

பாலுவுக்கு வெட்கம் கலந்த புன்னகை வந்தது. "போங்கடா. நான் என்ன செய்யட்டும். பசி அப்படி இருக்கு" என்றான் தலை குனிந்தபடி.

"இருக்கட்டும்டா. ஒவ்வொருத்தருக்கு ஒவ்வொரு குணம். ஒவ்வொருத்தர் ஒவ்வொரு விதம். பாலுவுக்கு உடம்பு மட்டுமா பெரிசு? மனசும்தான் பெரிசு! நீயே சொல்லு. அவனுக்குத்தானே, இந்த பன்றித்தீவு மர்மத்தைக் கண்டுபிடிச்சி சமூக விரோதிகளை அடையாளம் காட்டி பிடிச்சிக்குடுக்கணும்ணு தோணியிருக்கு? நானும்தான் பன்றித்தீவுக்கு அடிக்கடி போறவன். அங்க சிலபேர் புதையல் பத்திப் பேசிக்கறதையும் கேட்டிருக்கேன். ஆனா இன்னிய வரைக்கும் அதை ஆராயணும்னெல்லாம் எனக்குத் தோணலையே. பாலுவுக்குத்தானே அந்த யோசனை வந்தது? குண்டா இருந்தா என்ன? குண்டு தைரியமும் ஜாஸ்தியாத்தானே இருக்கு?" என்றான் டில்லிபாபு.

"அது சரிதாண்டா. நம்மால அவங்களைப் பிடிக்க முடியும்னு நினைக்கறே?" என்று சந்தேகமுடன் கேட்டான் குடுமி.

"தெரியலை. ஆனா நம்ம நோக்கம் நல்ல நோக்கம். திட்டமும் தெளிவாத்தான் இருக்கு. நல்லதுதான் நினைச்சிக் கிளம்பியிருக்கோம். கடவுள் நம்ம பக்கம் கண்டிப்பா இருப்பார்டா" என்றான் பாலு.

"விஷயம் தெரிஞ்சவுடனேயே கடற்படை ஆபீசர்கிட்ட சொல்லியிருக்கலாம்தான். ஆனா சின்னப்பசங்க சொல்றதை எவ்ளோதூரத்துக்கு அவங்க நம்புவாங்கன்னும் சந்தேகம் இருந்ததால தான் முதல்ல நாமளே போய்ப் பார்த்து கன்பரம் பண்ணிக்கலாம்னு நினைச்சேன்" என்றும் சொன்னான் கொஞ்சம் இடைவெளி விட்டு.

"நாளைக்கு வீட்டுக்குப் போனா எங்கம்மா என்ன கேப்பாங்கன்னு பயமா இருக்குடா" என்றான் குடுமி, திடீரென்று.

"ஏண்டா?"

"ஒருவேளை நாம க்ரூப் ஸ்டடி பண்ணப் போகலை. இப்படி கடலுக்குத்தான் போயிருந்தோம்னு தெரிஞ்சிடிச்சின்னா?"

"கவலையே படாத. நாம வெற்றி அடைஞ்சாத்தான் நாம பன்றித்தீவுக்குப் போற விஷயம் தெரியும். இல்லாட்டி, க்ரூப் ஸ்டடி பண்ணமாதிரிதான்" என்று கண்ணடித்தான் பாலு.

திடீரென்று சந்தேகம் வந்தவனாக டில்லிபாபுவிடம், "டேய்! கரெக்டா காலைல ஆறு மணிக்கு வீட்டுல இருக்கணும். அதுக்கேத்தாப்பல கிளம்பிடணும் அங்கேருந்து. ஞாபகம் இருக்கில்ல?" என்றான் பாலு.

"அதெல்லாம் வந்துடலாம்டா. அவங்க ப்ளான் பண்ணியிருக்கற டயம் என்ன? சரியா நடுராத்திரி வருவாங்கன்னுதானே சொன்னே? அப்பலேருந்து கணக்கு வெச்சிக்கிட்டாக்கூட ரெண்டு மணிக்குள்ள நமக்கு விஷயம் தெரிஞ்சிடும். முழுக்க தெரிஞ்சிக்கிட்டு மூணு மணிக்குக் கிளம்பினாக்கூட நாலு மணிக்குள்ள கரைக்கு வந்துடலாம். டோண்ட் ஒரி" என்று தைரியம் கொடுத்தான் டில்லி பாபு.

கடலில் அலை மிகவும் குறைவாகத்தான் இருந்தது. காற்றும் மிக மென்மையாகவே வீசிக் கொண்டிருந்தது. பொதுவாக அமாவாசையன்று கடலில் அலை மிகவும் ஓங்கித் தணியும் என்று பாலு படித்திருக்கிறான். அமாவாசை மற்றும் பௌர்ணமி

தினங்களில் அலைகளின் உக்கிரம் மிகவும் அதிகமாகத்தான் இருக்கும் என்று டில்லிபாபுவும் அதை ஆமோதித்திருந்தான். கொஞ்சம் உதறலுடன் தான் அவன் கட்டுமரத்தில் ஏறினான். ஆனால் எதிர்பார்த்ததற்கு மாறாக அன்றைக்குக் கடலின் இரைச்சலேகூட மிகவும் குறைந்திருப்பதாக டில்லிபாபு சொன்னான்.

"அமாவாசை அன்னிக்குக் கட்டுமரத்துல போறதை எங்க ஆட்களே பலர் விரும்பமாட்டாங்க. அலை ரொம்ப உசரமா வரும். அதுமட்டுமில்ல. கடல் கொந்தளிப்புங்கறது கொஞ்சம் பேஜாரான விஷயம். கட்டுமரம் தூக்கித் தூக்கிப் போடும். பேலன்ஸ் சரியா கிடைக்காது. படகுன்னாக்கூடப் பரவால்ல. கட்டுமரம் தள்றது ரொம்பக் கஷ்டம்" என்று அவன் சொல்லியிருந்தான்.

ஆனால் பன்றித்தீவில் பாலு சந்தித்த மர்ம மனிதர்கள் அந்த பாழாய்ப்போன அமாவாசை புதன் கிழமையைத்தானே சொல்லியிருந்தார்கள்? வேறு வழி?

"ஏறி உக்காந்ததும் கெட்டியா பிடிச்சிக்கடா. கொஞ்சம் முன்னப்பின்ன குலுங்கினா பயந்துடாத. ஒரு கட்டுமரத்தை ஆட்டி அசைக்கறது வேணா சுலபமா இருக்கலாம். ஆனா குப்புற கவுக்கறது ரொம்பக் கஷ்டம். பெரிய புயலெல்லாம் வந்தாத்தான் பிரச்னை. சாதாரணமான வேகக்காத்தை எனக்கு சமாளிக்கத் தெரியும்" என்றும் அவன் தைரியம் கொடுத்திருந்தான்.

ஒருவேளை முழுக்கவே நீரில் மூழ்கி மூழ்கி எழ வேண்டியிருந்தாலும் கூட பயப்படவேண்டாம் என்று சொல்லியிருந்தான் டில்லிபாபு.

"முதல்ல நமக்கு நீச்சல் தெரியாதுங்கற எண்ணத்தை உதறித்தள்ளு பாலு. ஒரு நாள்ள உன்னால அதைக் கத்துக்கவும் முடியாது. ஆனா மன தைரியம் இருந்தா எந்த இக்கட்டான சூழலையும் சமாளிக்க முடியும்"

ஆனால் அப்படியெல்லாம் பிரச்னை ஏதும் வராததில் பாலுவுக்கு மிகவும் ஆசுவாசமாக இருந்தது. கடல் அமைதியாகவே இருந்தது. இரவு பத்தரைக்கு அப்புறம் தான் கொந்தளிப்பு ஆரம்பிக்கும் என்றும் டில்லி சொல்லியிருந்தான். பத்தரைக்குள் சுலபமாக பன்றித்தீவுக்குப் போய்விடவும் முடியும் என்பதால் பிரச்னையே இல்லை!

"இங்க டால்பினெல்லாம் உண்டாடா?" என்றான் பாலு.

"நீவேற. சாதாரண மீன்களே கம்மி. பன்றித்தீவை அடுத்து இன்னும் நாலு தீவு இருக்கு. முயல் தீவு, முருங்கைத் தீவு, கோயில் தீவு, கோட்டைத் தீவுன்னு பேரு. அந்த நாலு தீவையும் தாண்டினப்புறம்தான் நாப்பது மீனாவது கண்ணுல படும். நம்ம தேசத்தோட கடல் எல்லைன்னு ஒண்ணு இருக்கு. அந்தப் பக்கம் மீன் வரத்து அதிகம். இங்க ஒண்ணுமே கிடையாது. கரை ஒதுங்கினா, சில சிப்பிகள்தான் கிடைக்கும். எங்க பிரச்னையே அதுதான்" என்று வருத்தமுடன் சொன்னான் டில்லி.

"ஏன்?" என்றான் குடுமிநாதன்.

"ஏன்னா, இப்பல்லாம் கடலை யாரும் மதிக்கறது கிடையாது. எல்லா கம்பெனிகளோட கழிவு நீரையும் ஆறு மாதிரி கடலை நோக்கித் தான் திறந்துவிடறாங்க. எல்லாம் வெறும் கெமிக்கல்ஸ். மீன்கள் பாவம் என்ன செய்யும்? வருஷக்கணக்கா கெமிக்கல்ஸ் வந்து

தண்ணில கலந்துகிட்டே இருந்தா அதுங்க எப்படி உயிர்வாழ முடியும்? அதான், இடத்தை மாத்திக்கிட்டு வேற பக்கம் போயிடுதுங்க" என்றான் டில்லி.

"சே" என்றான் பாலு. "கடல்நீர் மாசுபடுதல்னு அப்பப்ப பேப்பர்ல பாப்பேண்டா. இதான் விஷயமா? ரொம்பத் தப்பாச்சே. நம்ம கவர்ன்மெண்ட் ஏதாவது செய்யக் கூடாதா?" என்றான் குடுமிநாதன்.

"போடா.... கவர்ன்மெண்ட் என்ன செய்யணும்? நம்ம கம்பெனின்னா நமக்குத்தானே அக்கறை இருக்கணும். எங்கப்பா அடிக்கடி சொல்லுவார். கம்பெனிக் கழிவுகளைக் கடலுக்கு அனுப்பறதுக்கு முன்னாடி ஒரளவாவது சுத்திகரிச்சிட்டு அனுப்பணுமாம். அவங்க கம்பெனில அப்படித்தான் செய்யறாங்களாம்" என்றான் பாலு.

பேசிக்கொண்டிருந்தாலும் கட்டுமரம் செலுத்துவதில் கண்ணாக இருந்த டில்லிபாபு, இப்போது கட்டுமரம் போய்க்கொண்டிருந்த திசையை மெல்லத் திருப்பத் தொடங்கினான்.

"அவ்ளோதாண்டா. இந்த இடத்துல தெற்கு நோக்கித் திரும்பினா, கண்ணை மூடிக்கிட்டு ஓட்டிடலாம். சரியா ஒன்றரை கிலோமீட்டர் இங்கேருந்து. எங்க மீனவர்கள் கணக்குல சொல்லணும்னா முக்கால் மைல்" என்று சொன்னான்.

"ஒரு காம்பஸ் கூட இல்லாம எப்படிடா கரெக்டா திசை தெரிஞ்சி ஓட்டறே?" என்றான் பாலு.

"பழக்கம்தான். ஒரு விஷயம் தெரியுமா? தரையில புதுசா ஒரு ஊருக்குப் போய் தெரு எதுன்னு தேடறதை விட, கடல்ல திசை பார்த்து, நாம போகவேண்டிய

இடத்தைக் கண்டுபிடிக்கறது சுலபம். தண்ணிலயே அடையாளம் உண்டு. தண்ணியோட நிறம், அலை எழும்பற வேகம், நீர் ஆழம் இதெல்லாமே அடையாளங்கள்தான். கொஞ்சம் அனுபவம் உள்ள மீனவர்கள் காத்து வீசற வேகத்தை வெச்சே எங்க இருக்கோம் இப்பன்னு சொல்லுவாங்க" என்று சொன்னான்.

ஓ" என்றான் பாலு.

"இந்தப் பயணம் வெற்றிகரமா முடிஞ்சா கண்டிப்பா நான் நீச்சல் கத்துப்பேண்டா" என்றான் பாலு.

"கண்டிப்பா உடம்பைக் குறைப்பேன்னு சொல்லு முதல்ல!" என்றான் குடுமி.

மூவரும் மனம் விட்டுச் சிரித்தார்கள்.

பன்றித்தீவை அவர்கள் அடையும்வரை எந்தப் பிரச்னையும் வரவில்லை. டில்லிபாபு மிகத் திறமையாகக் கட்டுமரத்தைச் செலுத்தி, சரியாகப் பத்து ஐந்துக்கு பன்றித்தீவின் கரையை நெருங்கிவிட்டான். "வந்துடுச்சிடா" என்று ரகசியமாக அறிவிக்கவும் செய்தான்.

அவர்கள் உடனே பரபரப்பானார்கள்.

"தோபாரு. இனிமே உரக்கப் பேசக்கூடாது. ராத்திரி வேளைல சுவருக்குக் கூடக் காது உண்டுன்னு எங்கம்மா சொல்லுவாங்க. இந்தத் தீவுல ஒண்ணு ரெண்டு ஆள் நடமாட்டம் மட்டும்தான் உண்டுன்னு நாம நம்பறோம். அவெங்க கண்ணுல நாம படக்கூடாதுங்கறதுதான் நம்ம முதல் லட்சியம். கவனமா இறங்கி நைஸா காட்டுக்குள்ள போயிடணும்" என்றான் பாலு.

கட்டுமரம் கரையைத் தொடுவெதற்குப் பதினைந்து அடி தூரம் இருக்கும்போதே டில்லிபாபு தொப்பென்று அதிலிருந்து நீரில் குதித்தான். ஆழம் அதிகமில்லாத கடல் அது. பாலுவும் குடுமியும் கட்டு மரத்திலேயே இருக்க, "குதிங்கடா, குதிங்கடா" என்று குரல் கொடுத்தான்.

"ஏண்டா?"

"டேய்! கரை வரைக்கும் உன்னை இது இழுத்துட்டுப் போகாது. மண்ணுல மோதிடும். இங்க குதிச்சி, நாமதான் இதை இழுத்துட்டுப் போகணும்" என்றான் டில்லி.

வேறு வழியில்லாமல் அவர்களும் தொப் தொப்பென்று நீரில் குதித்தார்கள். டில்லி கவனமாக பாலு குதிக்கும்போதே அவன் சட்டை காலரைப் பிடித்துக்கொண்டான்.

"குண்டா, கொஞ்சம் அட்ஜஸ்ட் பண்ணிக்க. இங்க நீ மூழ்க முடியாது. ஆனாலும் ஆழம்தான். கவனமா கட்டுமரத்தைத் தள்ளிக்கிட்டே நடந்து வா" என்றான் டில்லி.

மூச்சு வாங்க அவர்கள் கட்டுமரத்தைத் தள்ளிக் கொண்டே நடந்து கரைக்கு வந்து அந்த மரத்தை ஒரு ஓரமாகக் கவிழ்த்துப் போட்டார்கள். பாலுவுக்கு மிகவும் மூச்சு வாங்கியது.

"என்னடா இது! ரொம்ப பேஜார் வேலையா இருக்கே" என்றான் அலுத்துக்கொண்டு.

"ம்ம்? சரிதான். பத்தடி நடக்க முடியலியா உன்னால? பத்துநாள் பட்டினி போடு, சரியாயிடும்" என்றபடியே மற்ற இருவரும் சட்டைகளைக் கழற்றிப் பிழிய ஆரம்பித்தார்கள்.

"இனிமேத்தாண்டா நாம ஜாக்கிரதையா இருக்கணும். யாரும் உரக்கப் பேசாதிங்க. சட்டை கொஞ்சம் காய்ஞ்சதும் கிளம்பிடலாம். அதுவரைக்கும் மண்ணுலயே படுத்திருங்க" என்றான் டில்லி.

மூவரும் அமைதியாக மண்ணில் படுத்தார்கள். வானில் சிறு வெளிச்சம் கூட இல்லை. ஒரு நட்சத்திரம் கூடத் தென்படவில்லை. டில்லி எப்படித்தான் அத்தனை துல்லியமாக கட்டுமரத்தைச் செலுத்தினானோ என்று பாலுவுக்கு வியப்பாயிருந்தது. தன் வயதுப் பையந்தானே அவனும்? எத்தனை புத்திசாலித்தனம்! தன் தொழிலில் எத்தனை தன்னம்பிக்கை! எதைச் செய்தாலும் அந்த நேர்த்தியுடன் செய்யும்போதுதான் சிறக்கிறது.

மனத்துக்குள் அவன் நினைத்துக்கொண்டான். ஒரு லட்சியத்துடன் அவன் அந்தத் தீவுக்கு வந்திருக்கிறான். யார் அந்த சமூக விரோதிகள்? அவர்கள் என்ன திட்டம் போட்டிருக்கிறார்கள்? என்ன புதையலை எடுக்கப் போகிறார்கள்? எத்தனை பேர் சம்பந்தப்பட்டிருக்கிறார்கள்? இதையெல்லாம் கவனமாகத் தெரிந்துகொள்ள வேண்டும். அதுதான் முதல் வேலை. அவர்களை எப்படி கடற்படை அதிகாரிகளிடம் பிடித்துக் கொடுப்பது என்பது அடுத்த வேலை.

தெளிவான நோக்கம். பொதுநல நோக்கமும் கூட. ஆகவே கடவுள் கண்டிப்பாகத் தன் பக்கம்தான் இருப்பார் என்று அவன் தீர்மானமாக நம்பினான்.

மூவரும் மிக அமைதியாக, ஒரு சொல் கூடப் பேசாமல் அந்தப் பரந்த மணல் வெளியில் சட்டையைக் கழற்றிவிட்டுப் படுத்திருந்தார்கள். கடற்காற்றின்

மிக மெல்லிய ஓசையும் அலைகளின் ஓசையும் தவிர வேறு ஒரு சத்தம் இல்லை.

பத்து நிமிடங்கள் கழிந்திருக்கும். "கிளம்பலாமாடா?" என்று பாலு கேட்டான். சட்டை காய்ந்துவிட்டதா என்று தலைமாட்டில் தொட்டுப் பார்க்கக் கழுத்தைத் திருப்பிப் பின்னால் பார்த்தான்; அதிர்ந்தான்!

7. மாட்டிக்கொண்ட நண்பர்கள்

*பா*லுவுக்கு ஒன்றுமே புரியவில்லை. ஒருவினாடி மூளைதன்சிந்திக்கும்ஆற்றலையேஇழந்துவிட்டதோ என்று கருதும் விதத்தில் உறைந்துபோய்விட்டது. பயத்தில் அவனுக்கு நெஞ்சு வறண்டுபோனது. உடல் உறுப்புகள் எல்லாம் கட்டுப்பாட்டை இழந்து தொளதொளவென்று ஆகி உதற ஆரம்பித்தன. பேச்சு வரமறுத்தது. ஒரு வார்த்தை குரல் கொடுத்துத் தன் நண்பர்களை எழுப்ப நினைத்தான். ம்ஹூம். எது செய்யவும் அவனால் முடியவில்லை. காரணம், அவன் கண்ட காட்சி!

சட்டையின் ஈரம் உலர்ந்துவிட்டதா என்று பார்ப்பதற்குத்தான் அவன் தலைமாட்டில் உலர்த்தியிருந்த சட்டையை எடுக்கக் கையை நீட்டித் தலையைத் திருப்பினான். ஆனால் பத்தடி தூரத்தில் எமகாதகன் மாதிரி ஒரு மனிதன் அமைதியாக நின்றுகொண்டு தங்களையே பார்த்துக்கொண்டிருப்பான் என்று அவன் கற்பனை செய்துகூடப் பார்க்கவில்லை. யாரைத் தேடி அவன்

அந்தத் தீவுக்கு வந்திருந்தானோ, அவர்களுள் ஒருவன்! புதையல் எடுக்கிறேன் பேர்வழி என்று பேசிய கூட்டத்தில் ஒருத்தன். ஏதோ சட்டவிரோதமான காரியத்தில் மனப்பூர்வமாக ஈடுபட்டிருக்கும் கும்பலைச் சேர்ந்தவன்! அவர்கள் எடுக்கும் புதையல் எது, எப்படி எடுக்கிறார்கள், என்ன செய்கிறார்கள் என்று பார்ப்பதற்காகத்தானே அவனே அங்கே வந்திருக்கிறான்! ஆனால் இப்படி அவனிடமே மாட்டிக்கொள்ள நேர்ந்துவிட்டதே என்று அவனுக்கு அழுகையே வந்துவிட்டது.

'டேய், டேய்' என்று மெதுவாக டில்லிபாபுவைப் பார்த்துக் குரல் கொடுக்க முயற்சி செய்தான்.

'இருடா. இன்னும் ரெண்டு நிமிஷம் ரெஸ்ட் எடுத்துப்போம். அப்புறம் ஃபுல்நைட் வேலை இருக்கில்ல?' என்றான் டில்லிபாபு.

'டேய், பின்னால பாருடா' என்றான் குரலை அடக்கி, ரகசியமாக.

வேண்டா வெறுப்பாகத் தலையைத் தூக்கிப் பார்த்த டில்லியும் மின்சாரம் பாய்ந்தவன் போலச் சுருட்டிக்கொண்டு எழுந்து நின்றான். இருவரும் இப்படி எதைப் பார்த்து மிரள்கிறார்கள் என்ற யோசனையுடன் தானும் எழுந்த குடுமிநாதன், சிறிது தொலைவில் லுங்கியை மடித்துக்கட்டி, கால்களைச் சாய்த்துவைத்து நின்று தங்களையே பார்த்துக்கொண்டிருக்கும் அந்த மர்ம மனிதனைக் கண்டதும் 'ஐயோ, அம்மா பயமா இருக்கே' என்று புலம்ப ஆரம்பித்துவிட்டான்.

அவ்வளவுதான். அதற்குமேல் அந்த மர்ம மனிதன் வெறுமனே கைகட்டி நிற்கவில்லை. மெல்ல

அடியெடுத்து வைத்து அவர்கள் மூவரையும் நெருங்கினான். அருகே வந்த சூட்டிலேயே டில்லிபாபுவின் தலைமுடியை ஒரு கையாலும் பாலுவின் காதை ஒரு கையாலும் இறுகப் பிடித்து 'யார்றா நீங்க?' என்றான் கட்டைக் குரலில்.

ஒருகணம் என்ன பேசுவது என்று தெரியாமல் மூவரும் தடுமாறிப் போனார்கள். ஏதாவது பொருத்தமாகக்கதை விடலாம் என்று பாலுவுக்குத் தோன்றியது. ஆனால் மூவரும் ஒரே சமயத்தில் வேறு வேறு கதைகளாக விடத்தொடங்கினால் விபரீதமாகப் போய்விடுமே என்றும் கவலையாக இருந்தது. அவன் இவ்வாறு வேகவேகமாக யோசித்துக்கொண்டிருந்ததே தன் 'கதாகாலட்சேபத்தை' குடுமிநாதன் ஆரம்பித்துவிட்டான்!

"இல்லசார்... நாங்க ஸ்கூல் பசங்க சார்... இன்னிக்கி ஸ்டவுட்ஸ் மாணவர்களை இங்க பிக்னிக் மாதிரி சாயங்காலம் கூட்டிக்கிட்டு வந்தாங்க சார்.... மொத்தம் பதினஞ்சு பாய்ஸ் வந்தோம் சார்... எல்லாரும் கரையிலேயே இருந்தாங்க. நாங்க மூணுபேர் மட்டும் தீவை சுத்திப் பாக்கலாம்னிட்டுப் போனோம்.. கால் வலி எடுத்து ஒரு இடத்துல படுத்தோம். அப்படியே தூங்கிட்டோம் சார். எழுந்து பார்த்தா இருட்டிடிச்சி. இங்க எங்க ஸ்கூல் பசங்களைத்தேடி வந்தோம். அவங்கல்லாம் போயிட்டாங்க போலருக்கு" என்று அழுவது போல நடிக்கத் தொடங்கினான் குடுமி.

அந்த மர்மமனிதன் ஒரு வினாடி அவன் சொன்ன கதையை உள்வாங்கி யோசித்தான். திருப்தி ஏற்படவில்லை போலிருக்கிறது.

'டேய், என்னடா கதை சொல்றிங்க? மூணு பசங்களை விட்டுட்டு எப்பிடிடா உங்க வாத்திமாருங்க போவாங்க?' என்றான் கோபமாக.

'தெரியலை சார்.. அதான் எங்களுக்கும் கவலையா இருக்கு. இப்ப நாங்களெப்படி வீட்டுக்குப் போவோம்?' என்று பாலு தன் பங்குக்கு அழுவது போல நடிக்க ஆரம்பித்தான்.

இவர்களை என்ன செய்யலாம் என்று அவன் கொஞ்ச நேரம் மீண்டும் யோசித்தான். மூவரின் தோள்களையும் பிடித்துத் தள்ளிக்கொண்டு, 'வாங்கடா என்னோட' என்று நடக்க ஆரம்பித்தான்.

இப்படி வந்து மாட்டிக்கொண்டோமே என்று மனத்துக்குள் வருந்தியபடி மூவரும் அவன் பின்னாலேயே நடக்க ஆரம்பித்தார்கள். நல்ல வேளையாக அவர்கள் வந்த கட்டுமரத்தை டில்லிபாபு அத்தனை சுலபமாகக் கண்ணில் பட்டுவிடாதபடி இழுத்துக்கொண்டுபோய் ஏற்கெனவே ஒரு புதரின் பின்னால் ஒளித்துவைத்துவிட்டு, கட்டுமரத்தை இழுத்து வந்த மண்பாதையில் சுவடு தெரியாத வண்ணம் காலால் மண்ணை எத்தி எத்தி மூடியிருந்தான்.

அந்த மர்ம மனிதன் அவர்களை காட்டுக்கு உள்ளே அழைத்துப் போக ஆரம்பித்திருந்தான். பாலுவுக்கு இனி நடக்கப்போவது என்ன என்பது எளிதில் விளங்கிவிட்டது. எப்படியும் அவன் தங்களைத் தம் குழுவினர் முன் கொண்டுபோய் நிறுத்துவார்கள். நாலுபேரோ, பத்துபேரோ, நாற்பதுபேரோ. நடுராத்திரி இந்தத் தீவில் எப்படி அவர்கள் தனியே வந்து படுத்திருக்கிறார்கள் என்று விசாரிப்பார்கள். பதில் திருப்திகரமாக இருந்தால் ஒருவேளை தப்பிக்கலாம். இல்லாவிட்டால் என்ன செய்வார்களோ. இப்படியாகிவிட்டதே என்று பாலு மிகவும் வருந்தினான்.

காட்டுப்பாதை மிகவும் இருட்டாக இருந்தது. ஒரு பொட்டு வெளிச்சம் கூட இல்லை எனினும் நன்கு பழகிய பாதை போல அந்த மர்ம மனிதன் அவர்களை வழிநடத்தி இழுத்துப் போய்க்கொண்டே இருந்தான். பாலுவுக்குத் தங்களை அவன் அழைத்துப்போகும் இடம் எதுவாக இருக்கும் என்பது பற்றிய ஒரு யூகம் இருந்தது. அந்தத் தீவில் அவன் முந்தைய வாரம் பார்த்தப் பாழடைந்த பங்களா தவிர வேறு கட்டடம் கிடையாது. எப்படியும் அவன் அங்கேதான் போவான் என்று அவன் நினைத்தான். அங்கேதான் அந்த மர்ம கும்பல் தங்கியிருக்கும் என்று அவனுக்குத் தோன்றியது.

இருபது நிமிட நடைக்குப் பிறகு அவன் நினைத்தது போலவே அந்த மர்ம பங்களாவை அவர்கள் அடைந்தார்கள்.

'வாங்கடா' என்று மூவரின் தோள்களையும் ஒரே கையால் அணைத்து உள்ளே தள்ளிக்கொண்டு போனான் அந்த மர்ம மனிதன்.

சத்தம் கேட்டு பங்களாவுக்குள் சில மெழுகுவர்த்திகள் ஏற்றப்பட்டு வேறு சிலர் உடைந்த சன்னல் வழியே எட்டிப்பார்த்தார்கள்.

தபதபவென்று வேறு சிலர் வெளியே வருவதையும் பாலு பார்த்தான். 'யாரு யாரு' என்றுஅவர்கள் கேட்கவும், அழைத்துவந்த மர்ம மனிதன், குடுமிநாதன் சொன்ன கதையை அவர்களிடம் சொன்னான்.

'உஸ்கோலு பசங்களாம். டூருக்கு வந்திருந்தாங்களாம். இவனுகளை மட்டும் விட்டுட்டுப் பூட்டாங்கன்னு சொல்றாம்பா. என்னால நம்ப முடியல' என்றான் அந்த மர்ம மனிதன்.

'ஆமாப்பா. போனவாரம் கூட இந்தமாதிரி ஒரு ஸ்கூல் பசங்க குரூப்பு இங்க வந்திருந்துன்னு நம்ம மாணிக்கம் சொன்னான். கரையோரம் என்னவோ க்ளாஸ் எடுத்தாங்களாமா...' என்றான் இன்னொருவன்.

'டேய், யார்டா நீங்க? உண்மைய சொல்லுங்க?' என்றான் வேறொருவன்.

'சார்.. உண்மையிலேயே நாங்க ஸ்கூல் பசங்க தான்சார். எங்களோட மொத்தம் பதினைஞ்சுபேரு வந்தாங்க. நாங்க வழி தவறிப்போய் தீவுக்கு அந்தப்பக்கம் போயிட்டோம் சார்" என்றான் டில்லிபாபு.

"மணி என்னடா ஆவுது?" என்றான் புதிதாக அங்கே வந்த இன்னொரு மர்ம மனிதன்.

'பதினொண்ணாவப் போவுது' என்றான் அவர்களை அழைத்துவந்தவன்.

'இவனுகளை விசாரிச்சிட்டிருக்க இப்ப டயம் இல்லை. போட் வந்துடும். பேசாம இவங்களை ரூம்ல போட்டுப் பூட்டுங்க. நம்ம வேலை முடிச்சிட்டு, விடிஞ்சதும் விசாரிச்சிப்பம்' என்றான் அவன்.

'சரி' என்று உடனே அவர்களில் ஆளுக்கொருவர் அவர்கள் மூவரையும் பிடித்து இழுத்துக்கொண்டு அந்த பங்களாவின் உள்ளே போனார்கள்.

தடதடவென்று நடந்தால் சத்தமெழுப்பும் மாடிப்படியேறி அழைத்துச் சென்றவர்கள், அங்கே இருந்த நான்கு அறைகளுள் ஒன்றில் அவர்கள் மூவரையும் பிடித்துத் தள்ளி, வெளியே இழுத்துத் தாழ்ப்பாள் போட்டார்கள். 'பசங்களா, பேசாம படுத்துத் தூங்குங்க. இங்கல்லாம் முழிச்சிக்கிட்டு இருக்கக் கூடாது' என்றான் அழைத்து வந்தவர்களுள் ஒருவன்.

'சரிங்க' என்று சமர்த்து போல உள்ளிருந்தபடி குரல் கொடுத்தான் பாலு.

ஐந்து நிமிடங்கள் அவர்கள் பேசக்கூட இல்லை. ஆளுக்கொரு மூலையில் நடுங்கியபடி அமர்ந்திருந்தார்கள். இருட்டில் ஒருவர் முகம் கூட அடுத்தவருக்குத் தெரியவில்லை. அந்த அறை எத்தனை நீள அகலம் கொண்டது, ஜன்னல் இருக்கிறதா என்று கூடத் தெரியவில்லை. வெளியிலிருந்து அன்றைக்குப் பார்த்தபோது சன்னல், கதவுகள் எதுவுமே இல்லாத பாழடைந்த ஒரு கட்டடமாகத் தென்பட்ட அந்தக் கட்டடத்தில் இப்படியொரு சிறைக்கூடம் இருக்க முடியுமா என்று பாலுவுக்கு வியப்பாக இருந்தது.

தனது பதற்றத்தை முதலில் தணித்துக்கொண்டு அதன்பிறகு நிதானமாக யோசிக்கவேண்டும் என்று முடிவு செய்துகொண்டு அமைதியாகச் சிலநிமிடங்கள் படுத்து இருந்தான்.

நடந்தது என்ன? எதிர்பாராவிதமாக அவர்களை மர்ம மனிதர்களுள் ஒருவன் கடற்கரையில் பார்த்துவிட்டான். அழைத்துக்கொண்டு வந்து இந்த அறையில் அடைத்துவைத்திருக்கிறார்கள். ரொம்பசரி. ஆனால் பாலு எதற்காக அத்தனை பாடுபட்டு அந்தத் தீவுக்கு வந்தான்? அவர்கள் என்ன செய்கிறார்கள், எந்தப் புதையலை எடுக்கப் போகிறார்கள் என்று பார்த்துக் கண்டுபிடித்து, காவல்துறையில் அவர்களை பிடித்துக் கொடுப்பதற்குத்தானே? இன்றைக்கு விட்டால் மீண்டும் எப்போது அதற்கான சந்தர்ப்பம் வரும்? வாய்ப்பே இல்லை. எப்படியும் அவர்கள் தம் வேலையைப் பன்னிரண்டு மணிக்குப் பிறகுதான் தொடங்குவார்கள். இன்னும் ஒருமணிநேர அவகாசம் இருக்கிறது. அதற்குள் இந்த அறையிலிருந்து

வெளியேறி, அவர்களைப் பின் தொடர்ந்து ரகசியத்தைக் கண்டுபிடிக்க முடியாதா என்ன?

முடியும்! கண்டிப்பாக முடியும். முடியாது என்று ஒன்று உண்டா என்ன?

அவன் தன் இரு நண்பர்களையும் ரகசியக் குரலில் அருகே அழைத்தான்.

'என்னடா?'

'இதோ பாருங்கடா. நாம ஒரு சங்கடத்துல மாட்டிக்கிட்டிருக்கோம். அதுக்காக மனச்சோர்வு அடைஞ்சிடக் கூடாது. கண்டிப்பா இவங்க யாரு என்னன்னு நாம கண்டுபிடிச்சே தீரணும். நம்ம திட்டத்துல எந்தப் பிசகும் இருக்கக் கூடாது' என்றான் பாலு.

'அதான் எப்படின்னு கேக்கறேன். முதல்ல எப்படி இந்த அறையிலேருந்து வெளிய போறது?' என்றான் குடுமி.

'போறோம். நிச்சயம் வெளிய போகத்தான் போறோம். ரகசியத்தைக் கண்டுபிடிக்கத்தான் போறோம்' என்றான் பாலு மிகுந்த நம்பிக்கையுடன்.

'அட, எவண்டா இவன்! எப்படிப் போகப்போறோம்? அதைச்சொல்லு" என்றான் டில்லிபாபு.

பாலு மர்மமாகப் புன்னகை செய்தான்.

"வழி தோணிடிச்சி. கிட்டவாங்க. உங்க காதுகளை என் வாய்கிட்ட கொண்டுவந்து வைங்க. சொல்றேன்" என்றான்.

8. என்ன அது மர்மம்?

இருட்டு என்றால் பயங்கர இருட்டு. உற்றுப் பார்த்தால் உள்ளங்கை கூடத் தெரியாத கும்மிருட்டு. அந்தக் காட்டு பங்களாவின் சுவர்கள், கூரை, தரை, சன்னல்கள், கதவுகள் அனைத்துமே இருளினால் செய்யப்பட்டவை மாதிரி தோன்றியது, பாலுவுக்கு. அறையில் உடன் இருந்த நண்பர்கள் குடுமிநாதன், டில்லிபாபு இருவரையும் தன்னருகே வந்து நெருக்கமாக உட்காரச் சொன்னவன், இருட்டில் வேறு யாராவது ஒருவர் அங்கே தங்களைக் காவல் காப்பதன் பொருட்டு ஒளிந்திருப்பார்களோ என்று கொஞ்சம் சந்தேகப்பட்டான். யார் கண்டார்கள்? இருக்கலாம். தான் ஏதாவது பேசப்போய் அவர்கள் காதில் விழுந்துவிட்டால் என்னவேண்டுமானாலும் செய்துவிடுவார்களே. இப்போதைக்கு, சின்னப்பசங்கள் தெரியாமல் வந்து மாட்டிக்கொண்டுவிட்டார்கள் என்றுதான் நினைத்துக்கொண்டிருக்கிறார்கள். இதற்கே பொழுது விடிந்தால் என்ன தண்டனை தருவார்களோ. இந்த நிலையில் அவர்களது நடவடிக்கைகளைக்

கண்காணிக்கத்தான் தாங்கள் வந்திருக்கிறோம் என்பதும் தெரிந்தால் வேறு வினையே வேண்டாம்!

இவ்வாறு தோன்றியதும் நண்பர்களிடம் தன் ரகசியத் திட்டத்தை காதோரம் விவரிக்கலாம் என்று முடிவுசெய்ததை மறுபரிசீலனை செய்ய ஆரம்பித்தான் பாலு.

எதற்கு அவர்களிடம் சொல்லவேண்டும்? அதுவும் கிட்டே கூப்பிட்டு ரகசியம் பேசும் குரலில்? ஒருவேளை குண்டர்கள் காதில் அது விழாமல் போனால் கூட, என்னவோ ரகசியம் பேசுகிறார்கள் என்கிற சந்தேகத்தை ஏன் கிளப்பவேண்டும்? ஆகவே நண்பர்களுக்கே கூடத் தெரியாமல்தான் தன் திட்டத்தைச் செயல்படுத்தவேண்டும் என்று முடிவு செய்தான் பாலு.

"என்னடா விஷயம்? என்கிட்டே சொல்லு" என்று கத்தினான் குடுமி.

'உஷ்ஷ்ஷ்' என்று அவனை அடக்கப்பார்த்தான் பாலு.

இனிமேல் யோசித்துக்கொண்டிருந்தும் பேசிக் கொண்டும் இருப்பதில் பிரயோசனமில்லை என்று முடிவு செய்தவனாக, திடீரென்று சம்பந்தமில்லாமல் குரல் எழுப்பி அழ ஆரம்பித்தான்.

'அய்யாங்... ஆஆஆங்ங்ங்... அம்மா....ஊ..ஆ...ஊ" என்று விதவிதமாகக் குரலில் ஏற்ற இறக்கங்களைக் காட்டி உரத்த குரலெடுத்து அழத் தொடங்கினான் பாலு.

"என்னடா! என்னாச்சுடா!" என்று நண்பர்கள் இருவரும் பதறிக்கொண்டு அவன் அருகே நகர்ந்து வந்து உட்கார்ந்தார்கள்.

ஆனால் பாலு பதில் சொல்லுவதாக இல்லை. இன்னும் குரலை உயர்த்தி, தீவிரமாக அழத் தொடங்கினான்.

"டேய்! டேய்! சொல்லிட்டு அழுடா. பூச்சு எதனா கடிச்சிடிச்சா?" என்றான் டில்லிபாபு.

ம்ஹூம். பாலுவாவது, பதில் சொல்லுவதாவது!

தன்னாலான அதிகபட்ச சத்தத்தை வெளியிட்டுக் கதறியழ ஆரம்பித்துவிட்டான். ஐந்து நிமிடங்கள் இப்படி தீவிரமாக அழவேண்டியிருந்தது. திடீரென்று அந்த அறையின் வெளியே ஒரு சத்தம் கேட்டது. பூட்டு திறக்கும் ஓசை. பிறகு 'யார்றா அது?' என்றொரு கட்டைக்குரல்.

"சார்... எனக்கு பாத்ரூம் போவணும்சார்... ரொம்ப அர்ஜெண்டு... முட்டிக்கிட்டு வருது. வலி தாங்க முடியலேஏஏ" என்று இன்னும் தீவிரமாகக் கத்தி அழ ஆரம்பித்தான் பாலு. மனத்துக்குள் இன்ன செய்வது என்றொரு தீர்க்கமான முடிவுக்கு அவன் வந்திருந்தான்.

"பாத்ரூமெல்லாம் இங்க இல்லை. சும்மா கிட" என்றான் வந்தவன். இருட்டில் அவன் குரல் மட்டும்தான் வந்ததே தவிர ஆள் யார், எப்படி இருக்கிறான் என்பது கூடத் தெரியவில்லை.

"சார், சார்... தாங்கமுடியலை சார். சாயங்காலத்து லேருந்து ஒண்ணுக்கே போகலை சார். வலிக்குதே, அம்மாஆஆ" என்று கதறி மனமுருகி அழத் தொடங்கினான் பாலு.

"இன்னாடா இது உங்களோட பேஜாரா போச்சே" என்று அலுத்துக்கொண்ட அந்த குண்டன், "சரி,

என்னோட வந்துத் தொலை" என்று உத்தேசமாக பாலுவை நெருங்கி கையைப் பிடித்துக்கொண்டு திரும்பினான்.

சட்டென்று அழுகையை நிறுத்திய பாலு, "இங்கேயே இருங்கடா. நான் பாத்ரூம் போயிட்டு வந்துடறேன். என்னால தாங்கமுடியலை. இதை கண்டிப்பா முதல்ல முடிச்சாகணும்" என்று தன் நண்பர்களைப் பார்த்துக் குரல் கொடுத்தான். அந்த சமிக்ஞை அவர்களுக்குப் புரிந்தாகவேண்டுமே என்று மனத்துக்குள் கடவுளை வேண்டிக்கொண்டான். குண்டன் கையைப் பிடித்துக்கொண்டு நடக்க ஆரம்பித்தான்.

மாடிப்படி இறங்கும்போது கொஞ்சம் வெளிச்சம் இருந்தது. கீழே சன்னலுக்கு வெளியே ஓரிரு மெழுகுவர்த்திகள் எரிந்துகொண்டிருந்ததையும் தாங்கள் வந்தபோது பார்த்த குண்டர் படையில் ஒரு சிலர் அங்கே நின்றுகொண்டிருந்ததையும் அவன் கண்டான். எப்படியும் ரொம்பதூரம் அழைத்துப்போக மாட்டார்கள். கட்டடத்துக்குப் பக்கத்திலேயேதான் போகச்சொல்லுவார்கள் என்று பாலு எதிர்பார்த்தான். வாகான ஒரு வாய்ப்பு கிட்டுமானால் மூச்சைப் பிடித்துக்கொண்டு தப்பித்து ஓடிவிடவேண்டுமென்றும் எங்காவது பதுங்கியிருந்து அவர்களது நடவடிக்கைகளை கவனிக்கவேண்டும் என்பதும் அவனது திட்டம். இதில் உள்ள அபாயம் குறித்தும் அவன் சிந்திக்கத் தவறவில்லை. பிடித்துவிட்டார்கள்என்றால்எப்படியும்கட்டிவைத்து உதைத்தே தீருவார்கள். கொலை செய்யவும் தயங்காதவர்கள். அதற்காக, எடுத்துக்கொண்ட நோக்கத்தைக் கைவிடமுடியாதல்லவா? இவர்கள் யார்? என்ன சதித்திட்டத்தில் ஈடுபட்டிருக்கிறார்கள்? புதையல் எடுக்கப்போகிறேன் பேர்வழி என்று

எதை எடுத்து என்ன செய்யப்போகிறார்கள்? இதை எப்படியும் கண்டுபிடித்தே தீரவேண்டும்.

மனத்துக்குள் எல்லா தெய்வங்களையும் அவன் வேண்டிக்கொண்டான். அந்த குண்டன், தன் நண்பர்களிடம் "ஒண்ணுமில்லப்பா. இந்தப் பையனுக்கு பாத்ரூம் போவணுமாம்" என்று சொல்லியபடி, 'டேய், அந்தா பாரு. அந்த மரத்தடில போய் போயிட்டுவா' என்று வாசலில் இருந்தபடியே அவன் கையை விடுவித்தான்.

'ரொம்ப தேங்ஸ் சார். இதோ வந்துடறேன்' என்றபடி பாலு சந்தோஷமாக நடக்க ஆரம்பித்தான். நடக்கும்போதே மனத்துக்குள் ஒரு கணக்குப் போட்டான். அந்தப் பாழடைந்த கட்டடத்துக்கும் இடதுபக்கம் குண்டன் சுட்டிக்காட்டிய மரத்தடிக்கும் இடையே பத்து மீட்டர் இடைவெளியாவது அவசியம் இருக்கும். அந்த மரம்தான் ஆரம்பம். அங்கிருந்து வரிசையாகப் பல மரங்கள் இருந்தன. சுற்றிலுமே மரங்கள்தான். இருளில் எல்லா மரங்களும் மலை மாதிரி கவிந்து நிற்பதுபோல் பட்டது அவனுக்கு. ஒரு மரத்தின் பின்னால் போய் ஓட ஆரம்பித்தால் எப்படியும் தப்பித்துவிடலாம் என்று அவனுக்குத் தோன்றியது. ஓடுவதென்றால் எங்கே ஓடுவது? கடற்கரைக்குத்தான் ஓடவேண்டும். எப்படியும் மாட்டிக்கொள்ளப்போவது உறுதி. அதற்குள் படகு எந்தப்பக்கம் வரும், அதில் என்ன ஏற்றுகிறார்கள் என்று பார்க்கவேண்டும். அதைவிட முக்கியம், புதையலை எங்கிருந்து தோண்டி எடுக்கிறார்கள் என்று பார்க்கவேண்டியது. இதையெல்லாம் பார்த்துவிட்டபிறகு மாட்டிக்கொண்டால் நல்லது. பார்க்குமுன்னரே மாட்டிக்கொண்டால் முயற்சி வீணாகிவிடும்.

என்ன செய்யலாம்? அவன் மனத்துக்குள் வேகவேகமாகக் கணக்குப் போட்டான். எப்படியும் மணி பதினொன்றேமுக்கால் இருக்கும். இன்னும் கால்மணிநேரத்தைக் கடத்தவேண்டும். பன்னிரண்டு மணிக்குப் படகு வரும் என்பதாகத்தானே பேசிக்கொண்டார்கள்? அந்தநேரம் எல்லாருமே பிசியாகிவிடுவார்கள். அட, ஒரு புதையலை எடுத்துப் படகில் ஏற்றுவதென்றால் முன்னதாக ஒரு கால்மணிநேரம் வேலை இருக்காதோ? இந்த குண்டர்கள் இப்படி வெட்டியாக நின்றுகொண்டிருக்கிறார்களே என்றும் அவனுக்கு அலுப்பாக இருந்தது. இதற்கிடையில் தனது திட்டம், தன் நண்பர்களுக்குச் சரியாகப் புரிந்திருக்குமா, அவர்கள் ஏதாவது உபாயம் செய்து தப்பிவந்து தன்னைக் காப்பாற்றுவார்களா, அல்லது தான் தப்பித்தை ஒட்டி, அவர்களை குண்டர்கள் அடித்து உதைப்பார்களா என்று விதவிதமான கவலைகள் அவனுக்குத் தோன்ற ஆரம்பித்தன. வேறு வழியில்லை. துணிந்து ஒரு முடிவு செய்தாகிவிட்டது. இனி பின்வாங்கமுடியாது என்று தோன்றியது.

ஆகவே, "சார், எனக்குத் தனியா போக பயமா இருக்கு. நீங்க கூட வரிங்களா?" என்று தன்னை அழைத்துவந்த குண்டனிடம் கேட்டான். தன்மீது துளி சந்தேகமும் வராமலிருக்க இது உதவும் என்று அவனுக்குத் தோன்றியது.

"அட பயமாமில்லே?" என்று சுற்றியிருந்தவர்கள் எகத்தாளமாகச் சிரித்தார்கள். "நீ போதம்பி. நாங்க இங்கதான் இருக்கோம். பயப்படாத. இந்தக் காட்டுல எங்களை மீறி உன்னை யாரும் எதுவும் செய்துடமுடியாது" என்று நம்பிக்கை சொன்னான் ஒருவன்.

"சரிங்க," என்று பவ்யமாக பதில் சொல்லிவிட்டு மெதுவாக நடக்க ஆரம்பித்தான் பாலு. அவனது நல்லநேரம் அவன் இரண்டடி எடுத்து வைப்பதற்குள் எதிர்திசையிலிருந்து வேகமாக ஓடிவந்த இன்னொரு புதிய குண்டன், "போட் வந்துடிச்சி, போட் வந்துடிச்சி" என்று கத்தியபடியே வந்தான்.

ஆஹா என்று மனத்துக்குள் சந்தோஷப்பட்டுக் கொண்ட பாலு சட்டென்று நின்று திரும்பிப் பார்த்தான். அவர்கள் இப்போது பாலுவை கவனிப்பதை விட்டுவிட்டு புதிய குண்டனிடம் பேச ஆரம்பித்தார்கள்.

"எங்க நிக்குதுடா?" என்றான் தலைவன் போலிருந்த ஒருவன்.

"வழக்கமா நிக்கற இடம்தான். கொஞ்சம் சீக்கிரம் முடியணும்னு சொன்னாங்க" என்றான் அவன்.

"சரி, இதோ" என்றவன் திரும்பி, தன் நண்பர்களைப் பார்த்தார்கள். அவர்கள் உடனே புறப்பட்டு, அந்தக் கட்டடத்தின் பின்புறமாக கும்பலாக நடக்க ஆரம்பித்தார்கள். பாலுவுக்கு நம்பவே முடி யவில்லை. தன்னையோ, தன்னிரு நண்பர்களையோ சுத்தமாக மறந்துவிட்டு அத்தனை பேரும் இப்படிப் புறப்படுகிறார்களே என்று அவனுக்கு வியப்பாக இருந்தது. எல்லாம் நல்லதுக்கே என்று நினைத்துக் கொண்டவனாக தடதடவென்று அந்தக் கட்டடத்தின் வலப்புறமாகத் திரும்பி தானும் அவர்கள் ஓடும் திசைக்கு எதிராக ஓட ஆரம்பித்தான். பத்தடி போனவன் சட்டென்று தாமதித்தான். கட்டடத்தில்தான் இப்போது யாருமில்லையே? போய்த் தன் நண்பர்களையும் உடன் அழைத்துக்கொண்டு வந்தால் என்ன என்று தோன்றியது. வேண்டாம், விபரீதம்

என்று உள்ளுணர்வு எச்சரித்தது. தயங்கித்தயங்கி அவர்கள் போன திசையைக் குறிவைத்து அவன் மட்டும் முன்னேற ஆரம்பித்தான்.

பயம் உடலின் அனைத்து பாகங்களிலும் பரவியிருந்தது. அந்தக் குளிர் இரவிலும் அவனுக்கு வியர்த்துக் கொட்டியது. நாக்கு வறண்டு, தாகம் எடுத்தது. கடவுளே, காப்பாத்து என்று வேண்டியபடி மூச்சைப் பிடித்துக்கொண்டு ஓட ஆரம்பித்தான். பத்து நிமிடங்கள் ஓடிக்களைத்தபின், நூறடி தூரத்தில் அவர்கள் அனைவரும் ஓர் அடர்ந்த புதரின் மறைவிலிருந்து எதையோ வெளியே எடுக்க முயற்சி செய்வதை ஒளிந்திருந்து பார்த்தான்.

என்ன அது? தெரிந்துகொள்ளும் ஆவல் அவனுக்குக் கட்டுக்கடங்காமல் போனது. சே, இந்த இருட்டு இப்படியா சதி செய்யவேண்டும்?

சில நிமிட முயற்சிக்குப் பின் அவர்கள் வெளியே இழுக்க முயற்சி செய்த உருவங்கள் ஒவ்வொன்றும் வரிசையாக வெளியே வருவதையும் பார்த்தான். ஒவ்வொன்றும் ஒரு பூதம் மாதிரி பெரிதாக இருக்கும் என்று தோன்றியது. நான்கு பேர் சேர்ந்துதான் ஒரு பொருளைக் கட்டி இழுத்தார்கள். பிறகு கடற்கரையை நோக்கிச் செல்லும் திசையில் அதை உருட்டிக்கொண்டு போக ஆரம்பித்தார்கள். பாலு இன்னும் முன்னால் போய் தெளிவாகப் பார்க்க முடிகிறதா என்று பார்த்தான். ம்ஹூம். வேறு வழியே இல்லை. உயிரைப் பணயம் வைத்து, அவர்களுக்கு எதிரே போய் நின்றுதான் அது என்னவென்று தெரிந்துகொள்ளவேண்டும் என்று தோன்றியது. உயிரே போனாலும் தெரிந்துகொள்ளாமல் விடக்கூடாது என்றும் உறுதி ஏற்பட்டது. தான்

கொஞ்சம் ஒல்லிப்பையனாக இருந்திருக்கலாம். ஓடுவதற்கும் ஒளிவதற்கும் சௌகரியமாக இருந்திருக்கும். இப்படியொரு குண்டனாக வளர்ந்துவிட்டோமே என்று முதல்முறையாகக் கவலைப்பட்டான். ஆனாலும் மன உறுதியை விட்டுவிடாமல் வேகவேகமாக நடக்க ஆரம்பித்தான்.

அவனது இலக்கு இப்போது அவனுக்குத் துல்லியமாக இருந்தது. நூறடி இடைவெளி இருக்கிறது. இதைப் பயன்படுத்திக்கொண்டு அவர்கள் போகும் பாதைக்குச் சமமாகவே பக்கவாட்டில் நடந்து கடற்கரை வெளியை அடைந்துவிடவேண்டும். மணல்வெளியில் பதுங்கவெல்லாம் முடியாது. அங்கே பார்த்துவிடுவார்கள். அதற்குள் அவர்களை நெருங்கி, இழுத்துப்போகப்படும் பொருள் என்னவென்பதைப் பார்த்துவிடவேண்டும்.

மூச்சைப்பிடித்துக்கொண்டு அவன் பதுங்கி நடந்தான். ஏழு நிமிடங்களில் கடற்கரை வந்துவிட்டது. பக்கவாட்டில் அவர்களும் அந்தப் பொருட்களை உருட்டிக்கொண்டு வருவது தெரிந்தது. கிட்டே போகலாமா என்று யோசித்தான். சட்டென்று வேறொரு யோசனை வந்தது. எதற்குக் கிட்டே போய் மாட்டிக்கொள்ளவேண்டும்? மாறாக, அதோ தூரத்தில் கரையோரம் தெரியும் படகின் அருகே போய் பதுங்கிக்கொண்டுவிட்டால் பார்ப்பது சுலபமாயிற்றே.

இப்படித் தோன்றியதுமே பாலு கடலோரத்தில் நின்று கொண்டிருந்த படகை நோக்கி ஓட ஆரம்பித்தான்.

௯. புதையல் கடத்தல்!

தனக்கு எங்கிருந்து அத்தனை துணிச்சல் வந்தது என்று பாலுவுக்கே ஆச்சர்யமாக இருந்தது. உடலில் அசாதரணமான பலமும் மனத்தில் அளவற்ற துணிச்சலும் பொங்கிக்கொண்டிருப்பதாக அவன் உணர்ந்தான். ஏதோ ஒன்று பெரிதாக சாதிக்கப் போகிறோம் என்று நிச்சயமாக அவனுக்குத் தோன்றியது. ஆனால் அது என்ன?

சாதிப்பதெல்லாம் அப்புறம் இருக்கட்டும். முதலில் இந்த மறைவிடத்திலிருந்து, நூறடி தொலைவில் தெரியும் படகை எப்படி அடைவது? ஏதோ உந்துதலில் ஓட ஆரம்பித்துவிட்டான். ஆனால் ஓடத்தொடங்கி, பத்தடி தூரம் கூடக் கடந்திருக்காது. அதற்குள், 'சே, இதென்ன பைத்தியக்காரத்தனம்! வெட்ட வெளியில், கடற்கரை மணலில் ஓடினால் குண்டர்களுக்குத் தானே கூப்பிட்டு விருந்து கொடுப்பது போலாகிவிடாதா' என்று புத்தியில் உறைக்க, சட்டென்று அப்படியே தரையில் குப்புறப் படுத்துக்கொண்டான்.

இருட்டு. நல்ல இருட்டுதான். அப்படியொன்றும் துல்லியமாக அவன் அங்கே படுத்திருப்பதைப் பார்த்துவிடமுடியாதுதான். அதுவும் அவர்கள் புதையலை இழுத்துக்கொண்டு படகை நோக்கி வரப்போகிற தூரத்தைக் கணக்கிட்டால் அவன் அங்கே இருப்பது ஒரு பொருட்டே அல்ல. ஆனாலும் ஆபத்து, ஆபத்துதானே! ஒருத்தன் கண்ணில் பட்டுவிட்டால் கூட ஆபத்துதான். கதைகளில் வருவதுபோல, படகிலிருந்து யாரும் டார்ச் அடித்துப் பார்க்காமல் இருக்கவேண்டும். அது ஒரு அவ?தை.

இவ்வாறு எண்ணியபடியே பாலு படுத்தவாக்கில் தவழ்ந்து, தவழ்ந்து முன்னேறத் தொடங்கினான். ஒரு பாம்பு போல வயிற்றால் நகர்ந்து முன்னேறிப் படகை அடைந்துவிடவேண்டும் என்பதே அவன் நோக்கம். ஆனால் உடம்பு ஒத்துழைக்க மறுத்தது. முகம் ஒரு பூசணிக்காய் அளவில் இருக்கிறது. தொப்பையோ, பொங்கலுக்கு வைக்கிற பானை மாதிரி. கைகளும் கால்களும் நல்ல குண்டு குண்டாக கிழங்கு வெட்டி எடுத்ததுபோல! சே. இத்தனை குண்டாக இருக்கிறேனே, உடம்பு நகரமாட்டேனென்கிறதே என்று அவனுக்கு அழுகையாக வந்தது. போதாத குறைக்கு இந்த சோடாபுட்டிக் கண்ணாடி வேறு! நாலடி நகர்வதற்குள் மூச்சிறைத்தது. ஒரு பயனற்ற முயற்சியைச் செய்கிறோமோ என்கிற சந்தேகமும் வந்தது. வேண்டாத கவலையாக, அங்கே இருட்டறையில் அடைபட்டிருக்கும் தன் நண்பர்கள் என்ன ஆனார்களோ என்றும் கொஞ்சம் கலவரமடைந்தான்.

இதனிடையில், பூதம் பூதமாக கனத்த புதையல் 'உருவங்களை' புதரிலிருந்து வெளியே தோண்டி எடுத்த குண்டர்கள் அவற்றைக் கயிறு கட்டி இழுத்து

வந்தார்களல்லவா? அவர்களும் மணல்வெளியின் எல்லைக்கு வந்துவிட்டார்கள். மரங்களின் மறைவிலிருந்து அந்தக் கூட்டம் வெளியே வந்து விட்டதை பாலு பார்த்தான். அவர்களுக்கென்ன? புதையலை உருட்டிக்கொண்டு விறுவிறுவென்று நடந்து படகை அடைந்துவிடுவர்கள். ஆனால் தான் எப்படி அவர்களுக்கு முன்னால் படகின் அருகே போவது? அந்தப் புதையல் என்னவென்று எப்படி அறிந்துகொள்வது? அதுவும் அவர்கள் யாரும் பார்க்காதபடியும் நடந்துகொள்ள வேண்டும். வெட்டவெளிவேறு! என்னதான் செய்யப் போகிறோம் என்பதே அவனுக்குப் புரியவில்லை. பெரியதொரு ஆபத்தில் சிக்கிக்கொள்ளவிருக்கிறோம் என்று மட்டும் உறுதியாகத் தோன்றியது.

உயிரே போனாலும் எடுத்த காரியத்தை முடிக்காமல் பின்வாங்குவதில்லை என்று முடிவு செய்து கொண்டவனாக முன்னைக்காட்டிலும் வேகமாகப் படகை நோக்கித் தரையில் தவழத் தொடங்கினான்.

சரியாக ஐந்து நிமிடங்கள். மேல் மூச்சு, கீழ்மூச்சு வாங்க ஒரு வழியாக யாரும் தன்னைப் பார்க்காமலேயே அவன் படகின் அருகில் வந்து சேர்ந்தான். வியர்வையும் உடலில் ஒட்டிக்கொண்டிருந்த மணலும் மிகவும் உறுத்தியது. எழுந்து தட்டிக்கொள்ளவெல்லாம் சந்தர்ப்பம் இல்லை. இப்போது படகில் யாராவது இருக்கிறார்களா என்று பார்க்கவேண்டும்.

அவன் படகிலிருந்து ஐந்தடி தூரத்தில் இப்போது இருந்தான். கும்மிருட்டில் படகே ஒரு பூதம் போலத்தான் தெரிந்தது. கன்னங்கரேலென்ற உயர்ந்த உருவமாக! அந்தப் படகுக்கு நேர் பின்னால் கடலில் ஐம்பதடி தொலைவில் ஒரு மோட்டார் படகு நின்று கொண்டிருப்பதையும் அவன் பார்த்தான்.

உடனே அவனுக்கு விஷயம் விளங்கிவிட்டது. மோட்டார் படகு கரைக்கு வரமுடியாது. இந்தப் பகுதியில் ஆழம் குறைவு. வந்து சிக்கிக்கொண்டால், திரும்பப் போகாது. ஆகவே மரப்படகில் புதையலை ஏற்றி அதை மோட்டார் படகின் அருகே கொண்டு போகப்போகிறார்கள்! பிறகு அதை மோட்டார் படகில் ஏற்றிக்கொண்டு புறப்பட்டுவிடுவார்கள்.

மூச்சு விடும் சத்தம் கூடக் கேட்காதவாறு அவன் மரப்படகின் அடியே தவழ்ந்து வந்தான். படகின் மேல் யாரேனும் இருக்கிறார்களா என்று நோட்டம் பார்த்தான். அதிர்ஷ்டவசமாகப் படகில் வந்தவர்களும் இறங்கி, புதையலை இழுத்துவரப் போயிருக்கவேண்டும். படகு தன்னந்தனியாகத்தான் கரையில் இருந்தது. ஆகவே பின்புறமாகச் சுற்றித் தவழ்ந்து சென்று படகில் ஏறுவதற்காக எழுந்து நின்றான்.

இதற்குள் குண்டர்களின் படை படகின் அருகே வந்துவிட்டிருந்தது. முன்புறத்தில் 'மெதுவா, மெதுவா, பாத்து தள்ளு, நீ நகர்ந்துக்கடா... கொஞ்சம் பக்கவாட்டுல வழி விடு' என்று என்னெல்லாமோ குரல்கள் கேட்டன. எப்படியும் இருபதடி தூரத்துக்குள் அவர்கள் வந்திருப்பார்கள் என்று பாலு யூகித்தான். படகின் பின்புறம் தொங்கிக்கொண்டிருந்த கயிற்றைப் பிடித்து மெல்ல எழும்பி, படகின் முதுகில் கால் வைத்து ஒவ்வோர் அடியாக உயர்ந்து மேலே ஏறி படகின் விளிம்பைப் பிடித்தான். சட்டென்று, இதென்ன பைத்தியக்காரத்தனம்! தானே வலிந்துபோய் அவர்களிடம் மாட்டிக்கொள்வது போலச் செய்கிறோமே என்று தோன்றிவிடவே, படகின் மீது ஏறாமல், கயிற்றைப் பிடித்துத் தொங்கியபடியே நடப்பதை கவனிக்கலாம் என்று முடிவு செய்தான்.

குண்டர்கள் படகின் அருகே வந்துவிட்டார்கள். "ம்ம்…. ஏத்து…. ஏத்து… தூக்குடா…. ஆங்ங்… ஓவ்" என்று சத்தமெழுப்பியபடியே அவர்கள் புதையலைத் தலைக்கு மேலே தூக்குவது போலத் தூக்கிப் படகினுள்ளே பொத்தென்று போட்டார்கள். 'டம்' என்று சத்தம் கேட்டது. ஒன்று. இன்னொரு டம். இரண்டு. இன்னும் ஒரு டம். மூன்று.

ஆக, மூன்று புதையல்கள்!

பாலுவுக்கு இப்போது ஓரளவு தெளிவாக யோசிக்க முடிந்தது. அவர்கள் இழுத்து வந்தது பூதமல்ல. புதையலுமல்ல. ஏதோ ஒரு பெரிய இரும்பு டிரம். அல்லது கேன். உருளை வடிவானது. ரேஷன் கடைகளில் பார்ப்போமே, மண்ணெண்ணெய் வைத்திருக்கும் டிரம் மாதிரி… எப்படித்தான் இழுத்துவந்து தூக்கிப் படகில் போட்டார்களோ! சத்தமே அதன் கனத்தைச் சொன்னது.

ஆ, புதையல் என்ற பெயரில் இவர்கள் என்னவோ கடத்தல் வேலையல்லவா செய்கிறார்கள்!

பாலுவுக்குத் தன் கண்டுபிடிப்பு சரிதானா என்று பார்த்துவிடும் உத்வேகம் எழுந்தது. இதுதான் எல்லை. இதுதான் க்ளைமாக்ஸ்! இப்போது விட்டால், இவர்களது திருட்டுத்தனத்தை அப்புறம் நேரில் பார்த்தறிய முடியாமல் போய்விடும்.

ஒருகணம் யோசித்தான். பிறகு என்ன ஆனாலும் சரி என்று பிடித்துக்கொண்டிருந்த கயிற்றை இன்னும் இழுத்து, காலால் படகை உந்தி உந்தி மேலே ஏறி, தானும் தொப்பென்று படகினுள் குதித்தான்.

ஒரு வினாடியில் அவர்கள் கண்ணில் தாம் பட்டு விடுவோம் என்று அவனுக்கு நிச்சயமாகத்

தெரிந்தது. அதற்குள் அந்தப் புதையல் டிரம்மில் என்னதான் இருக்கிறது என்று பார்த்துவிடுவது என்று விழுந்தைக் கூடப் பொருட்படுத்தாமல் அப்படியே உருண்டு அந்த டிரம்மை அடைந்தான். அவசர அவசரமாக முகர்ந்து பார்த்தான். அதன் வாய்ப்பகுதியில் அவனுக்கு விடை கிடைத்தது.

பெட்ரோல்!

ஓ, இவர்கள் புதையல் எடுக்கவில்லை... பெட்ரோல் கடத்துகிறார்கள்!

இதெல்லாமே அரை வினாடிக்கும் குறைவான நேரத்தில் பாலுவுக்குப் புரிந்துவிட்டது. அதற்குள் குண்டர்கள் அவனைப் பார்த்துவிட்டார்கள்.

படகுக்குள் விழுந்தவன் தப்பிப்பதாவது!

"டேய்! அங்க பாருடா!" என்றான் ஒரு குண்டன்.

"ஒண்ணுக்குப் போறேன்னு வந்த பொடியன் தானே இவன்!" என்றான் இன்னொருவன்.

"என்னப்பா தம்பி? பெரிய சிஐடி ஆபீசரா நீயி?" என்று இளக்காரமாகக் கேட்டான் இன்னொருவன்.

"பாவம், சிஐடி தம்பி! இப்ப கடலுக்குள்ளார ஜலசமாதி ஆகப்போறாரு" என்றான் வேறொருவன்.

"திட்டம்போட்டு வந்திருக்காங்கடா.. சும்மா விடக்கூடாது இந்தப் பசங்களை" என்றான் முதலில் பேசியவன்.

"இவனை அப்படியே படகுல ஏத்திக்கிட்டுப் போய் நடுக்கடல்ல தள்ளிடலாம். அது பிரச்னை இல்லை. மத்த ரெண்டு பசங்க அங்க ரூம்புல

இருக்கானுக இல்ல? அவனுகளை நீ கவனிச்சிக்க. அடிச்சிக் கொன்னு வீசிட்டுப் போயிடு" என்று தன் அடியாளுக்கு உத்தரவிட்டான் தலைமைக் குண்டன்.

படகில் நான்கு குண்டர்கள் ஏறிக்கொண்டார்கள். அவர்களுள் ஒருவன் பாலுவின் அருகே வந்து தலைமுடியைக் கொத்தாகப் பிடித்துக்கொண்டான்.

"சரி, வரோம்" என்று புறப்பட்டார்கள். கரையில் இருந்த மற்றவர்கள் படகைப் பிடித்துத் தள்ள, அது மெதுவாகக் கடலுக்குள் இறங்கி மிதக்க ஆரம்பித்தது. பிறகு நகரத் தொடங்கியது.

பாலுவுக்கு அடிவயிற்றிலிருந்து பயம் ஒரு பந்துபோல் திரண்டு மேலேறி வந்து தொண்டையை அடைத்தது.

10. குதி! குதித்து விடு!

குண்டர்களின் இரும்புப்பிடியில் பாலு அகப்பட்டுக் கொண்ட அதே சமயம், அங்கே பாழடைந்த பங்களாவில் இருட்டு அறையில் தனியே இருந்த குடுமி நாதனும் டில்லிபாபுவும் என்ன நடக்கிறது, பாலு எங்கே போனான் என்றே புரியாமல் குழம்பித் தவித்துக்கொண்டிருந்தார்கள்.

குடுமி, "நிச்சயம் அவன் ஒண்ணுக்குப் போவதற்காகப் போகலைடா டில்லி. எனக்கென்னவோ, அவன் இவங்களை உளவு பார்க்கறதுக்குத்தான் வெளில தப்பிப் போயிருக்கான்னு தோணுது. இல்லாட்டி, அரை மணிநேரமாவா ஒருத்தன் ஒண்ணுக்குப் போவான்?" என்றான்.

"கரெக்டு. எனக்கும் அப்படித்தான் தோணுது. ஆனா இந்த குண்டன் ஏன் இப்படி செய்யணும்? நமக்கும் ஒரு வார்த்தை சிக்னல் குடுத்திருந்தா, நாமும் கூடப் போயிருக்கலாமில்ல?" என்று அங்கலாய்த்தான்.

"இருக்கலாம். அவன் ரகசியமா எதையாவது நமக்குக் குறிப்பால் உணர்த்தியிருக்கலாம். நாம் கவனிக்கத் தவறியிருப்போம். இப்ப அதைப் பேசிப் பிரயோசனமில்லை. முதல்ல இங்கேருந்து தப்பிச்சாகணும். அதுக்கு எதனா வழி சொல்லு" என்றான் குடுமி.

"இனிமே வழிகிழியெல்லாம் பார்த்துட்டிருந்தா முடியாது. எப்படியும் இந்நேரம், அந்தப் புதையல் என்ன, இவங்க யாரு, என்ன செய்யறாங்கன்னு பாலு கண்டுபிடிச்சிருப்பான். அவனுக்கு எதாவது ஆபத்து வந்தாலும் வந்திருக்கலாம். நாம கதவை உடைச்சிக்கிட்டு ஓடிடவேண்டியதுதான். முதல்ல பாலுவைப் பார்த்துடணும். அப்புறம் என்ன செய்யறதுன்னு யோசிக்கலாம்" என்றான் டில்லி.

இருவரும் ஒரு முடிவுடன் எழுந்து, இருளில் நடந்து வந்து அந்த அறையின் கதவருகே நின்று லேசாகத் தொட்டார்கள். யாரும் இல்லாவிட்டால் கதவை மோதித் திறக்கப் பார்ப்பது, அல்லது அறையின் ஒரு ஓரத்தில் இருந்த ஒரே ஒரு சன்னலை உடைத்து எடுத்து வெளியே குதித்துவிடுவது என்று திட்டமிட்டிருந்தார்கள்.

ஆனால், அதற்கெல்லாம் அவசியமே இல்லாத வகையில், அந்த அறையின் கதவு தொட்டதுமே திறந்துகொண்டுவிட்டது!

"அதிர்ஷ்டம்டா நமக்கு" என்றான் டில்லி.

யாரும் வழியில் இல்லை என்பதை உறுதிப்படுத்திக் கொண்டவர்கள், 'ஒன், டூ, த்ரீ' என்று தமக்குத்தாமே சொல்லிக்கொண்டு ஒரே பாய்ச்சலில் தடதடவென்று இறங்கி, வெளிக்கதவை அடைந்து பாய்ந்து

வெளியேறி, கண்ணை மூடிக்கொண்டு தலைதெரிக்க ஓட ஆரம்பித்தார்கள்.

சுமார் ஐம்பதடி தூரம் ஓடியபிறகுதான் அவர்கள் நின்று திரும்பிப்பார்த்தார்கள். சே, எல்லோரும் தான் புதையலை எடுக்கப் போயிருப்பார்களே, இங்கு யாருக்காகத் தாங்கள் இப்படி பயந்தோம் என்று அவர்களுக்கே ஒரு கணம் வெட்கமாக இருந்தது.

சரி, உடனடியாக பாலுவைச் சந்திப்பதுதான் முக்கியம். அவனுக்கு ஏதாவது ஆபத்து ஏற்பட்டிருக்கலாம் என்று மீண்டும் நினைவூட்டினான் டில்லி.

"என்னடா செய்யலாம்?"

"ரெண்டே ரெண்டு சாத்தியங்கள்தான் குடுமி. ஒண்ணு, பாலு புதையல் ரகசியத்தைக் கண்டுபிடிச்சிட்டு, பாதுகாப்பா எங்கயாவது பதுங்கியிருக்கலாம். அல்லது, ரகசியம் தெரிஞ்சிக்கிட்டு குண்டர்கள் கிட்ட மாட்டிக்கிட்டிருக்கலாம். முதலாவதுக்கு சாத்தியங்கள் குறைவு. அடுத்ததுக்கே வாய்ப்பு அதிகம். எப்படியானாலும் அவன் கண்டுபிடிக்காம இருக்கமாட்டான். எனக்கு அவனை நல்லா தெரியும்" என்றான் டில்லி.

"சரி, வா அவனைக் கண்டுபிடிப்போம்" என்றான் குடுமி.

"அதுக்கு முன்னால ஒரு நிமிஷம்" என்ற டில்லிபாபு, தன் நிஜாரின் பொத்தான்களை நெகிழ்த்தி, உள்புறம் கையை விட்டு எதையோ எடுத்தான்.

"என்னடா பண்ற?"என்று அலுத்துக்கொண்டான் குடுமி.

"ஒரு நிமிஷம் இரு, இதோ வந்துடறேன்" என்று சட்டென்று பக்கத்தில் இருந்த ஒரு மரத்தடியின்

மறைவுக்கு ஓடிய டில்லிபாபு, சரியாக ஒன்றரை நிமிடங்கள் கழித்துத் திரும்பினான்.

"என்னதுடா?" என்று மீண்டும் கேட்டான் குடுமி.

"ம்? ஒண்ணுமில்லை. நேத்து சாயங்காலத்திலிருந்து எங்க மீனவர் சங்கத்தலைவர் ஒரு பொருள் காணாம தேடிட்டிருந்திருப்பார். திரும்பிப் போனதும் அவருக்கு விளக்கம் சொல்லணும்" என்றவன், "இப்ப உனக்கு சொன்னா புரியாது. நீ வா, நாம பாலுவைத் தேடுவோம்" என்று நடக்க ஆரம்பித்தான்.

"இவன் எப்பவுமே இப்படித்தான்" என்று அலுத்துக்கொண்ட குடுமி அவன் பின்னால் நடக்க ஆரம்பித்தான்.

அவர்கள் கடற்கரை வெளியை அடைவதற்கும் பாலுவை குண்டர்கள் படகில் பார்த்துவிட்டு, கொத்தாக அவன் தலைமுடியைப் பிடித்துக்கொண்டு நிற்பதற்கும் சரியாக இருந்தது!

இருவரும் அதிர்ந்துபோனார்கள். ஐயோ, பாலு மாட்டிக்கொண்டுவிட்டான்! இந்த புதையல் குண்டர்கள் அவனை என்ன செய்வார்களோ. நிச்சயம் கடலுக்குள் இழுத்துப்போய் தள்ளித்தான் விடுவார்கள். நீச்சல் தெரியாத பாலுவால் ஒரு நிமிடம் கூடத் தண்ணீரில் தாக்குப்பிடிக்க முடியாது! அதுவும் குண்டன் வேறு. கிரிமினல் குண்டர்களெல்லாம் ஒல்லிப்பிச்சானாக இருக்கிறார்கள். இந்த நல்ல பாலு மட்டும் ஏந்தான் இப்படி நிஜ குண்டனாக இருக்கிறானோ?

"ம்ஹூம். யோசிக்கவே நேரமில்லைடா குடுமி. விபரீதம் ஆரம்பிச்சாச்சு. நாம படகில் ஏறிக்

கிளம்பியாகணும். எப்படியாவது பாலுவை மீட்கணும்" என்றான் டில்லி.

அவர்கள் வந்திருந்த கட்டுமரம், அப்போது அவர்கள் நின்று கொண்டிருந்த இடத்திலிருந்து வெகு தூரத்தில் இருந்தது. அதாவது, வட்ட வடிவமான தீவின் ஒரு முனையில் அவர்கள் அப்போது நின்றுகொண்டிருந்தார்கள். சரியாக நூறடி நடந்து வலப்புறம் கடற்கரை திரும்பும் இடத்துக்குப் போனால், பாலுவும் நண்பர்களும் வந்த படகு இருக்கும்.

"இதுவும் நல்லதுக்குத்தான். நாம கிளம்பறதை குண்டர்கள் பார்க்க முடியாது. நீ என் பின்னாலேயே ஓடிவா" என்று உத்தரவிட்டுவிட்டு டில்லிபாபு, மரங்களின் பின்னால் வேகவேகமாக ஓட ஆரம்பித்தான். அவனைப் பிந்தொடர்ந்து குடுமி நாதனும் தன் குடுமி காற்றில் பறக்க, ஓடத் தொடங்கினான்.

அவர்கள் தம் படகை அடைந்து, மணலில் அதனைத் தேய்த்துத் தள்ளித் திருப்பி கடலுக்குள் வேகமாகத் தள்ளிவிட்டுப் பாய்ந்து ஏறிக்கொண்டதும், கட்டுமரம் நீரில் ஒய்யாரமாக மிதக்க ஆரம்பித்தது. முதலில் இருந்த வேகமான ஆட்டம் சற்றே குறைந்து, ஒரு பேலன்? கிடைத்ததும் டில்லிபாபு வேக வேகமாகத் துடுப்பை வலிக்க ஆரம்பித்தான். ஓர் அரை வட்டமடித்துத்தான் பாலு போய்க்கொண்டிருக்கும் படகை அடைய முடியும்.

அதற்குள் அவர்கள் வெகுதூரம் போயிருப்பார்களா என்கிற சந்தேகமும் அவர்களுக்கு இருந்தது.

"சே, தப்பு பண்ணிட்டோமேடா. பாலுவுக்கு எதனா ஆனா, அவன் வீட்டுக்கு என்ன சொல்றதுன்னு கவலையா இருக்குடா" என்றான் குடுமி.

"உஷ். இப்ப வேண்டாத பேச்சுகள் வேணாம். நல்லதை நினைத்து, நம்ம கடமையைச் செய்வோம். கஷ்டமான சமயங்கள்ள கலங்காம இருக்கறதுதான் வீரம். எங்க மீனவர் சங்கத் தலைவர் அடிக்கடி சொல்லுவார் இதை" என்றான் டில்லிபாபு.

ஐந்து நிமிடங்களில் அவர்கள் பாலு போய்க்கொண்டிருந்த படகைப் பார்த்துவிட்டார்கள். 'அதோ, அதோ' என்று குடுமிநாதன் கத்தினான்.

"கவனமா கேள் குடுமி. நான் இப்ப வேகமா கட்டுமரத்தை செலுத்துவேன். எப்படியும் ஒரு இருபதடி தூரத்தில் அந்தப் படகுக்கு நெருக்கமா கொண்டு போயிடுவேன். கிட்ட போனதும் நீ பாலுவைப் பார்த்து குதிக்கச் சொல்லிக் கத்து. பாலு பயப்படாம தண்ணில குதிச்சிடணும். அவன் குதிச்சதும் நான் துடுப்பை உன்னிடம் குடுத்துட்டுத் தண்ணில குதிப்பேன். எப்படியாவது அவனை இழுத்துட்டு வந்து நம்ம கட்டுமரத்துல சேர்த்துடறது என் பொறுப்பு. அதுவரைக்கும் கட்டுமரம் கவிழாம பார்த்துக்க வேண்டியது உன் பொறுப்பு" என்று உத்தரவுகளைப் பிறப்பித்துவிட்டு, கட்டுமரத்தை எப்படித் தள்ளவேண்டும் என்று சில எளிய வழிகளை குடுமிக்கு போதித்தான் டில்லிபாபு.

இரு புறங்களிலும் சமமான அளவு அழுத்தம் தரவேண்டும். தண்ணீருக்குள் அழுந்தும் துடுப்பை மிகவும் அழுத்தத் தேவையில்லை. ஓரளவு அழுந்தினால் போதும். ஆனால் ஒரு சீரான வேகத்தில் நீரைத் தள்ளவேண்டும். சரியாகத் தள்ளுகிறோமா

என்கிற சந்தேகம் இருக்கத்தான் செய்யும். ஆனால் பயப்படவேண்டாம். கட்டுமரத்தின் திசை மாறினாலும் நிச்சயம் மூழ்காது.

இவ்வாறு சொல்லிவிட்டு, ஆவேசம் வந்தவன் மாதிரி பாலு போய்க்கொண்டிருந்த படகை நோக்கிக் கட்டுமரத்தைச் செலுத்தினான் டில்லி. எப்படியாவது பாலு தங்களைப் பார்த்துவிட்டால் பரவாயில்லை என்று கடவுளை வேண்டிக்கொண்டான். ஆனால் அந்த இருட்டில் ஒரு கட்டுமரம் வருவது கண்ணில் படுவதே சிரமம். படகுக்குள்ளாவது ஒரே ஒரு ?ரிக்கேன் விளக்கு இருப்பது தெரிந்தது. இருளில் ஒரு கட்டுமரம் எப்படிக் கண்ணில் படும்? இருப்பினும் குத்துமதிப்பாக அந்தப் படகைக் குறிவைத்து வேக வேகமாகச் செலுத்தியவன் அடுத்த பத்து நிமிடங்களில் கணிசமாக நெருங்கி வந்துவிட்டான்.

"குடுமி, இதான்! இதான் சமயம்! நீ குரல் கொடு!" என்று உத்தரவிட்டான் டில்லி.

"பாலு! நாங்க வந்துட்டோம். நீ குதி, குதிச்சிடு, குதிச்சிடு!" என்று தொண்டை கிழியக் கத்தத் தொடங்கினான் குடுமிநாதன்.

படகில் இருந்த பாலுவுக்கு நாலைந்து முறை குடுமியின் குரல் மங்கலாகவே கேட்டது. தன் பிரமையாக இருக்கும் என்றுதான் முதலில் நினைத்தான். குண்டர்கள் படகில் அமர்ந்து சீட்டாடத் தொடங்கியிருக்கவே அவன் கடலை நோட்ட மிடுவதற்கு எந்தச் சங்கடமும் இருக்கவில்லை. தற்செயலாகத்தான் அவன் குடுமியும் டில்லியும் வந்துகொண்டிருந்த கட்டுமரத்தைப் பார்த்தான். ஒருகணம் அவனுக்கு எதுவுமே புரியவில்லை. கட்டுமரத்தில் டான்? ஆடியபடி நின்றுகொண்டு

'பாலு! பாலு!' என்று கத்திய குடுமிநாதனைப் பார்த்ததுமே அவனுக்கு வீரம் வந்துவிட்டது.

"குதி! குதி!" என்ற அவனது குரல் இப்போது அவனுக்குத் தெளிவாகக் கேட்டது. ஒரே ஒரு கணம் தனக்கு நீச்சல் தெரியாது என்பதை மட்டும் நினைத்துப் பார்த்தான். ஆனால், இது நீச்சல் கற்றுக்கொள்ளும் சமயம் அல்ல. கடலை எதிர்த்துப் போராட வேண்டிய சமயம். நண்பர்கள் நிச்சயம் ஏதாவது திட்டமுடன் தான் வந்திருப்பார்கள்.

சுற்றுமுற்றும் பார்த்தான். "என்னடா பாக்கற" என்றான் ஒரு குண்டன்.

அவ்வளவுதான். கபாலென்று படகின் விளிம்பைப் பிடித்து ஒரு காலைத் தூக்கிப்போட்டு மேலே ஏறினான். கண்ணிமைக்கும் நேரம் கூட இல்லை.

கடவுளே காப்பாத்து என்று மனத்துக்குள் கத்திக் கொண்டபடி தொப்பீரென்று நடுக்கடலில் குதித்தான் பாலு.

அதே சமயம் டில்லிபாபு, கட்டுமரத்தின் துடுப்பை பாலுவிடம் கொடுத்துவிட்டு, சட்டையைக் கழட்டி விட்டுத் தயாராக இருந்தான். பாலு குதித்ததைப் பார்த்ததும் அவனும் கட்டுமரத்திலிருந்து கடலுக்குள் பாய்ந்தான்.

11. சுறாக்களுக்கு விருந்து!

கடலில் ஆழம் அதிகம் இருக்கும் இடங்களில் அலைகள் இருக்காது. மேற்புறம் ஒரு குளம் போலத்தான் தோற்றமளிக்கும். ஆனால் அத்தகைய இடங்களில் நீரில் அழுத்தம் அதிகம் இருக்கும். நீச்சலில் மிகுந்த தேர்ச்சி உள்ளவர்கள் மட்டுமே நீந்திக் கடக்க இயலும். அலை இருந்தாலாவது ஒரு பக்கமாக இழுத்துப்போகும். அலையும் இல்லாத இடம் என்றால் ஒரே அழுத்து! அவ்வளவுதான்.

குண்டர்களின் படகிலிருந்து பாலு குதித்த இடம் அத்தனையொன்றும் ஆழமானதல்ல. அதே சமயம், அலையடிக்கும் இடமும் அல்ல. சுமாராக நீந்தத் தெரிந்த ஒருவர் கொஞ்சம் கஷ்டப்பட்டு நீச்சலடித்தால் பக்கத்தில் சற்றுத்தொலைவில் இருந்த கட்டுமரத்தை நெருங்கி ஏறிவிடமுடியும். ஆனால் நீச்சல் என்றால் கிலோ என்ன விலை என்று கேட்கக்கூடிய பாலுவால் என்ன செய்துவிட முடியும்? மேலும் அவனது உடம்பு வேறு ஒரு கொழுத்த பூசணிக்காய் போல இருக்கும். தரையில் நடந்தாலே மேல்மூச்சு வாங்கக்கூடியவன். சாப்பிட்ட

உருளைக்கிழங்கு போண்டாக்களும் வெஜிடபிள் சமூசாக்களும் ஐஸ் கிரீம்களும் கொஞ்சனஞ்சமா? வாத்தியார் கிண்டல் செய்தபோதெல்லாம் அது அத்தனை பெரிய விஷயமாகத் தெரியவில்லை. சக மாணவர்கள் கேலி செய்தபோதெல்லாம் 'போடா சர்தான்' என்று விட்டுவிட்டான். 'சாப்டா பரவால்லடா பாலு. கூடவே எக்ஸஸைஸ் பண்ணிடணும்' என்று அப்பாவும் அம்மாவும் எத்தனையோ முறை சொல்லியிருக்கிறார்கள். கேட்டால்தானே?

கடவுள் ஏன் என்னை மட்டும் குண்டு பையனாகப் படைத்தான்? எனக்கு மட்டும் ஏன் இத்தனை பெரிய உடம்பு? தூக்கமாட்டாமல்? எனக்கு மட்டும் ஏன் இப்படி வினோதமான சங்கடங்களெல்லாம் வருகின்றன? அதுசரி. இப்போது வீராதி வீரனாக நடுக்கடலில் குதித்துவிட்டேனே, எப்படிக் கரை சேரப்போகிறேன்? எந்தக் கடல்தேவதை வந்து என்னைக் காப்பாற்றப் போகிறது?

ஒரு வினாடிக்கும் குறைவான நேரம்தான் இருக்கும். பாலு படகின் மீது ஏறி நின்று, தொபுக்கட்டீரென்று குதித்து நீரில் அமிழத் தொடங்கும் நேரத்துக்குள் இத்தனையையும் யோசித்துப் பார்த்தான். கொஞ்சம் பயமாகத்தான் இருந்தது. ஆனாலும் எப்படியும் தப்பித்துவிடுவோம் என்று ஒரு சின்ன துணிச்சலும் இருந்தது. நீச்சலில் தேர்ந்த டில்லிபாபு தன்னைக் காப்பாற்றுவதற்காகக் கடலில் குதித்து, அதோ நீந்தி வந்துகொண்டிருக்கிறான். எப்படியும் காப்பாற்றிவிட மாட்டானா என்ன?

ஆனால் டில்லி அவனை நெருங்குவதற்குள் அவன் கடலின் அடியாழத்தைத் தொட்டுவிடுவான் போல இருந்தது. முதலில் எப்படி மூச்சு விடுவது

என்று தெரியவில்லை. நீச்சலின் பால பாடமே மூச்சை அடக்குவதுதான்! ஆனால் எத்தனை நேரம் அடக்குவது? எப்படி அடக்குவது? வாயைத் திறந்தால் உப்புநீர் உள்ளே போய்விடும். சனியன், இந்த நேரத்தில் அறிவியலெல்லாம் ஞாபகத்துக்கு வந்து தொலைக்கிறது. உள்ளே நீரைக் குடிக்கக் குடிக்க உடலின் கனம் அதிகமாகும். மேற்கொண்டு கையைக் காலை ஆட்ட முடியாமல் போய் இன்னும் மூழ்க வேண்டிவரும். மேலும் உப்புநீரை சுவைத்தும் குடித்துத் தொலைக்க முடியாது. குமட்டிக்கொண்டு வாந்தி வரும். கடலில் வாந்தி எடுத்தால் ஒரே ஒரு சௌகரியம், துடைத்துக் கழுவவேண்டிய அவசியம் இருக்காது.

சே, நான் ஏன் இப்படி தறிகெட்டு யோசிக்கிறேன்! என்ன ஆயிற்று எனக்கு? புத்தி பிசகத் தொடங்கி விட்டதா? உயிர் போகும்போது இப்படித்தான் ஆகுமா?

அவனுக்கு முதல் முறையாக பயப் பீதி பிடித்துக் கொண்டது. தன்னால் முடிந்தவரை கால்களை வேக வேகமாக உதைத்துப் பார்த்தான். கைகளை முன்னும் பின்னும் அசைத்து நீரைக் கிழித்து மேலே வர முடியுமா என்று முயற்சி செய்தான். இந்த டில்லிக் கடங்காரன் இன்னும் என்ன செய்துகொண்டிருக்கிறான்? இந்நேரம் பாய்ந்துவந்து காப்பாற்றியிருக்க வேண்டாமா?

இவ்வாறு அவன் யோசித்துக்கொண்டிருக்கும்போதே தன் தலைமுடியைக் கொத்தாக யாரோ பிடிப்பது போல உணர்ந்தான். ஆ! டில்லி வந்துவிட்டான்! காக்கும் கடல் தேவதை அவந்தானா?

ஆனால் பாலுவால் கண்ணைத் திறந்து பார்க்க முடியவில்லை. தலைசுற்றி மயக்கத்தின்விளிம்புக்குப் போய்க்கொண்டிருந்தான். தன்னைக் கொத்தாகப் பிடித்த உருவம் அப்படியே இழுத்துக்கொண்டு மேலே போய்க்கொண்டிருக்கிறது என்பதை மட்டும் அவனால் உணரமுடிந்தது. எப்படியும் பிழைத்...

அவ்வளவுதான். பாலுவுக்கு முற்றிலுமாக நினைவு மறைந்துபோனது. முழுமையான மயக்கத்துக்குத் தன்னைத் தந்தவனுக்கு அதன்பின் நடந்தது எதுவுமே தெரியவில்லை.

உண்மையில் பாலுவின் தலைமுடியைப் பற்றித் தூக்கியது டில்லி அல்ல. படகில் அவனை ஏற்றி வந்த குண்டர்களில் ஒருவன் தான். பாலு கடலில் குதித்ததுமே சுதாரித்துக்கொண்டு எழுந்து வந்து பார்த்த குண்டர்கள், தொலைவில் கட்டுமரத்தில் டில்லியும் குடுமிநாதனும் வருவதைப் பார்த்து விட்டார்கள்.

"டேய், இவனுகளை வெறும் பொடிப்பையன்கள்ளு நினைச்சி விட்டது தப்புடா. மூணுபேரையும் சேர்த்துப் பிடிச்சிட்டுப் போயிடணும். நம்ம நாட்டுக் கடல் எல்லை தாண்டினதும் என்ன செய்யலாம்னு யோசிக்கலாம்" என்று அவர்களில் தலைவன் போலிருந்த பெருங்குண்டன் சொன்னான்.

அவன் சொன்னதை ஆமோதித்த இன்னொரு குட்டி குண்டன் உடனே தான் அணிந்திருந்த சட்டையைக் கழற்றிவிட்டுக் கடலில் பாய்ந்தான். பாலுவை எப்படியாவது தூக்கி வந்துவிடுவதே அவன் நோக்கமாக இருந்தது. அதே சமயம், பாலுவைக் காப்பாற்றுவதற்காகக் கடலில் பாய்ந்து நீந்தி

வந்துகொண்டிருந்த டில்லிபாபுவைக் குறிவைத்து இன்னொரு குண்டனும் நீரில் பாய்ந்தான்.

"அந்தக் கட்டுமரத்துல ஒரு பையன் இருக்கான் பாஸ்" என்று இன்னொருவன் சுட்டிக் காட்ட, "இருக்கட்டும், இருக்கட்டும்... ரன்னிங் ரேஸா ஓடமுடியும் இங்க? இவனுகளைப் பிடிச்சிப் போட்டுட்டு அவனைப் போய் அள்ளிப்போம்" என்றான் பெருங்குண்டன்.

இப்படியொரு விபரீதம் நேரலாம் என்று டில்லி எதிர்பார்க்கவில்லை. ஒருகணம் என்ன செய்வது என்றும் அவனுக்குப் புரியவில்லை. டில்லிக்கு நீச்சல் தெரியும். கண்டிப்பாக அவன் ஒருவனாகவே பாலுவை இழுத்துப் போய்க் காப்பாற்றிவிட முடியும். ஆனால் தடி தடியாக குண்டர்கள் நடுக்கடலில் சண்டைக்கு வந்தால், பாவம் சின்னப்பையனால் என்ன செய்துவிட முடியும்? உடனே அவனுக்கு அழுகை வந்துவிட்டது. இத்தனை சிரமப்பட்டு புதையல் தீவின் ரகசியங்களை பாலு தனியொருவனாகக் கண்டுபிடித்திருக்கிறான். அந்த ரகசியம் என்னவென்று வெளியுலகத்துக்குத் தெரியப்படுத்த முடியாமலேயே போய்விடுமா? அட, வெளியுலகம் கிடக்கட்டும். பாலுவின் முயற்சிகளுக்குப் பக்கபலமாகக் கூட வந்த தங்கள் இருவருக்குமே கூடத் தெரியாமல் போய்விடுமா? கடவுளே, இதென்ன சோதனை!

ஒரு குண்டன் பாலுவைப் பிடித்து இழுத்து மேலே கொண்டு வந்துவிட்டான். இன்னொரு குண்டன் டில்லியை கோழி அமுக்குவது போல அமுக்கி இழுத்துக்கொண்டு வந்தான். இருவரையும் பந்து போலச் சுருட்டித் தூக்கிப் படகில் போட்டுவிட்டு இருவரும் ஏறிக்கொண்டார்கள்.

"ம்.. அந்தக் கட்டுமரத்தாண்ட போய்யா" என்று குரல் கொடுத்தான் பெருங்குண்டன்.

கட்டுமரத்தைத் தள்ளத் தெரியாமல் தள்ளாடிக் கொண்டிருந்த குடுமி, நடந்த காட்சிகளை இருட்டில் அரைகுறையாகப் பார்த்துக்கொண்டிருந்தவன் ஏற்கெனவே பயந்துபோயிருந்தான். அம்மா, அம்மா என்று அழவே ஆரம்பித்திருந்தான். பாலுவையும் டில்லியையும் குண்டர்கள் தூக்கிப் போய்வி ட்டால், நடுக்கடலில் தன் கதி என்ன என்கிற கவலை அவனுக்கு ஏற்பட்டது. 'குண்டர்களே! உங்களுக்குப் புண்ணியமாய்ப் போகும், என்னையும் அழைத்துக்கொண்டு போய்விடுங்களேன்' என்று கத்தலாமா என்று பார்த்தான்.

சே, எத்தனை அபத்தம்! இப்போது தான் செய்யக் கூடியது என்ன? நண்பர்கள் இருவரும் ஆபத்தில் இருக்கிறார்கள். தன்னால் ஏதாவது உதவ முடியுமா என்று பார்க்க வேண்டும். ம்ஹூம். வாய்ப்பில்லை. நடுக்கடல். நீச்சல் தெரியாத நிலைமை. எதிரிகளோ, உருட்டுக் கட்டை பேர்வழிகள். தவிரவும் இருட்டு. என்ன தான் செய்வது?

அவன் அதிகம் யோசிக்க வேண்டியிருக்கவில்லை. ஐந்து நிமிடங்களில் குண்டர்களின் படகு குடுமி இருந்த கட்டுமரத்தின் அருகே வந்துவிட்டது.

"டேய், அந்தப் பொடியனைத் தூக்கிப் போடுங்கடா" என்று ஒரு குரல் கேட்டது. படகிலிருந்து ஒரு கயிறை இறக்கினார்கள். வேறு வழியில்லாமல் குடுமி அதைப் பிடித்துக்கொண்டு மேலே ஏறினான். படகின் விளிம்பை அவன் எட்டிப்பிடித்தபோது தலைமுடியைக் கொத்தாகப் பிடித்த ஒரு தடியன்

அப்படியே தோசை திருப்பிப் போடுவது போல அவனைத் தூக்கிப் படகில் போட்டான்.

"மூணு பேர்தானேடா? இன்னும் ஏதாவது சுண்டெலி இருக்கா?" என்று எகத்தாளமாகக் கேட்டான் குண்டர் தலைவன். பாலுவுக்கு அப்போதுதான் லேசாக நினைவு திரும்பத் தொடங்கியிருந்தது. இருப்பினும் தொடர்ந்து மயக்கத்தில் இருப்பது போலவே நடிப்பது என்று முடிவு செய்துகொண்டான். ஏதாவது செய்யவேண்டும். ஏதாவது செய்து தப்பித்தே ஆகவேண்டும். இவர்களது சட்டவிரோத, தேச விரோத நடவடிக்கைகளை உலகுக்குத் தெரியப்படுத்தியே ஆகவேண்டும். விடக்கூடாது என்று மனத்தில் வைராக்கியம் பூண்டான்.

ஆனால் குண்டனின் பேச்சு அவனுக்குக் கவலையளித்தது.

"டேய், இந்த மூனு பேரையும் சும்மா விடக்கூடாது. கரெக்டா நம்ம நாட்டுக் கடல் எல்லை தாண்டினதும் அஞ்சாம் திட்டு நெருங்கறப்ப இவனுகளைக் கழுத்தை நெரிச்சி, கடல்ல தள்ளிடுவோம். கண்டிப்பா இன்னிக்கு சுறாக்களுக்கு நல்ல பிரியாணி விருந்துதான்" என்று பி.எஸ். வீரப்பா போல் சிரித்தான்.

ஆனால் விதி வேறு விதமாகச் சிரித்தது

12. விலகிய மர்மம்

குண்டர்களால் நிறைந்த அந்த இயந்திரப் படகு, மணிக்குப் பதினைந்து கடல்மைல் வேகத்தில் நீரைக் கிழித்துக்கொண்டு போய்க்கொண்டிருந்தது. நல்ல கும்மிருட்டு. படகை ஓட்டிய இன்னொரு புதிய குண்டனுக்கு அந்தக் கடல்பாதை நல்ல பழக்கம் போலிருக்கிறது. சில இடங்களில் வேகத்தைக் கூட்டியும் சில இடங்களில் குறைத்தும் சில இடங்களில் அரை வட்ட வடிவமாகவும் இன்னும் சில இடங்களில் முற்றிலும் எஞ்சினை அணைத்துவிட்டும் படகைச் செலுத்திக்கொண்டிருந்தான். எப்படியும் அதிகாலை நட்சத்திரங்கள் தென்படத் தொடங்கும் முன் இந்தியக் கடல் எல்லையைக் கடந்துவிடவேண்டும் என்பதே அவர்களின் லட்சியமாக இருந்தது.

பாலு, டில்லி, குடுமிநாதன் மூவரையும் அவர்கள் ஒரு கயிற்றினால் பிணைத்து, படகின் ஒரு மூலையில் கோணி மூட்டை போல் உருட்டிவிட்டிருந்தார்கள். பாலு இன்னும் தனக்கு நினைவு திரும்பாதது போலவே நடித்துக்கொண்டிருந்தான். டில்லி, என்ன

செய்யமுடியும் என்று யோசித்துக்கொண்டிருந்த அதே வேளையில் குடுமிநாதன் மனத்துக்குள் தனக்குத் தெரிந்தகடவுள்களையெல்லாம்அழைத்து, தங்களைக் காப்பாற்றும்படி வேண்டிக்கொண்டிருந்தான். அப்போதுதான் டில்லி சொன்னான்:

"ஒண்ணும் பிரச்னை இருக்காதுன்னுதான் நினைக்கறேன். எப்படியும் நாம தப்பிச்சிடுவோம்!"

"எப்படிடா?" என்றான் குடுமி. அவன் கண்களில் ஆர்வம் கொழுந்துவிட்டு எரிந்தது.

"ஒரு யூகம்தான். ஒரு காரியம் செஞ்சிருக்கேன். அது பலன் தருதான்னு பாப்போம்" என்றான் சிந்தனையில் லயித்தபடி.

அவன் சொல்லிமுடித்தநேரம் படகைச் செலுத்திக் கொண்டிருந்த புதிய குண்டனின் நடவடிக்கையில் ஒரு பரபரப்பு தெரிந்தது. வெளியே உட்கார்ந்திருந்த தலைமைக் குண்டனும் பிற தொண்டர் குண்டர்களும் தபதபவென்று எஞ்சின் அறையை நோக்கிப் போவதை அவர்கள் பார்த்தார்கள்.

"நோ! நோ!" என்று அங்கிருந்து சத்தம் கேட்டது. என்னவென்று முதலில் பாலுவுக்குப் புரியவில்லை. கண்ணைத் திறந்துவிடலாம் என்று நினைத்தான். சத்தமிட்டு கலாட்டா செய்துவிடக்கூடிய குடுமிக்குத் தெரியாமல் நைசாக டில்லியின் வலது காலைச் சொறிந்து, தான் விழித்துக்கொண்டிருப்பதை முதலில் தெரியப்படுத்தினான். பிறகு, சைகை மூலம் என்ன நடக்கிறது என்றும் கேட்டான்.

"கருவி வேலை செஞ்சிடுச்சின்னு நினைக்கறேன்" என்றான் டில்லி.

"என்னது?" என்றான் குடுமி.

"நாம படகில் ஏறுமுன் ஒரு மரத்தடிக்கு மறைவா போய் ஒரு நிமிஷம் தியானம் செஞ்சிட்டு வந்தேன் நினைவிருக்கா?" என்று கண்ணடித்தான் டில்லி.

"ஆமா?"

"அதான். கருவி வேலை செஞ்சிடுச்சி."

"என்னமோ உங்க மீனவர் சங்கத் தலைவர் எதையோ தேடுவார்னு சம்பந்தமில்லாம உளறின?"

"அதேதான்" என்றவன் கட்டுகளிலிருந்து தன் கையை மட்டுமாவது விடுவித்துக்கொள்ளமுடியுமா என்று பார்த்தான். ம்ஹூம். பலமான கட்டு! இருப்பினும் தன் கண்ணாலேயே தன் டிராயரின் பாக்கெட்டைச் சுட்டிக்காட்டியவன், அங்கே மேடாக இருந்த பகுதியைப் பார்த்தபடி, "இதுதான். எங்க தலைவரோட மொபைல் போன்! எதுக்கும் இருக்கட்டும்னு எடுத்துக்கிட்டு வந்துட்டேன். ஆனா போன் அடிச்சி யாரையும் உதவிக்குக் கூப்பிடும் நிலைமைல நாம இல்லை. அதனால அந்த மொபைல்ல இருந்த அத்தனை நம்பர்களுக்கும் எஸ்.எம்.எஸ். குடுத்துட்டேன். ஒரே ஒரு மெசேஜ்! பன்றித்தீவில் ஆபத்தில் இருக்கிறோம். காப்பாற்றுங்கள். அவ்வளவுதான். வந்துட்டாங்கன்னு நினைக்கறேன்!" என்றான் டில்லி.

அவன் சொல்லி முடிப்பதற்குள் ஓர் அதிசயம் நடந்தது. அவர்கள் போய்க்கொண்டிருந்த படகிலிருந்து சுமார் முப்பதடி தூரத்தில் சுற்றிலும் ஏராளமான மீன்பிடிப்படகுகளும் விசைப்படகுகளும் கட்டு மரங்களும் அணிவகுத்திருந்தன! ஒரு கடற்படை

விசைப்படகும் அங்கே இருந்ததை பாலுதான் முதலில் பார்த்தான்!

"என்னடா இது! நம்பவே முடியலை என்னால?" என்றான் குடுமி.

"அவ்ளோதான். நாம தப்பிச்சிட்டோம். எஸ்.எம்.எஸ். வேலை செஞ்சிடுச்சி. மீனவர் சங்கத்தலைவரோட மொபைல்லேருந்து செய்தி குடுத்ததால, அவருக்குத் தான் ஏதோ ஆபத்துன்னு மக்கள் நினைச்சிருப்பாங்க. நாம முதல்ல அவங்களுக்கு புரியவெக்கணும்" என்றபடி டில்லி, "காப்பாத்துங்க, காப்பாத்துங்க" என்று உரக்கக் குரல் கொடுக்க ஆரம்பித்தான்.

அதற்குள் தப்பிக்க ஏதாவது வழியுண்டா என்று குண்டர்கள் பரபரப்பாக இங்கும் அங்கும் ஓடியபடி பேசிக்கொண்டிருக்க, மீனவப் படகுகள் அந்த இயந்திரப் படகை நெருங்கி, ஏழெட்டுபேர் உருட்டுக் கட்டையுடன் முதலில் அந்தப் படகுக்குள் ஏறிக் குதித்தார்கள்.

இரண்டே நிமிடங்கள். படகில் இருந்த அத்தனை குண்டர்களும் அதே கயிற்றால் கட்டப்பட்டு ஒரு மூலையில் உருட்டப்பட, பாலு, டில்லி, குடுமி மூவரும் விடுவிக்கப்பட்டு, அந்தப் படகிலிருந்து பத்திரமாக இறக்கப்பட்டு, பாதுகாப்பாகக் கடற்படைப் படகில் ஏற்றப்பட்டார்கள்.

பாலுவுக்கு ஆசுவாசம் செய்துகொள்ளக்கூட அவகாசம் இல்லை. கடற்படை அதிகாரிகளைப் பார்த்ததுமே ஓடிப்போய் விவரங்களைச் சொல்ல ஆரம்பித்துவிட்டான்.

"இதுதான் சார் நடந்தது. அன்னிக்கு நாங்க ஸ்கவுட்ஸ் ஸ்டூடண்ட்ஸ் பன்றித்தீவுக்கு வந்தபோது, அங்கிருந்த பாழடைந்த கட்டடத்துல நாலுபேர் என்னவோ

புதையல்னு பேசிக்கிட்டு இருந்ததைக் கேட்டேன். என்னன்னு கண்டுபிடிக்க நினைச்சேன். என் நண்பர்கள் குடுமிநாதன், டில்லி ரெண்டுபேரும் உதவி செய்ய முன்வந்தாங்க. நாங்க மூணுபேரும் வீட்டுக்குத் தெரியாம இந்தத் தீவுக்கு நேத்து ராத்திரி புறப்பட்டு வந்தோம். டில்லிக்குக் கட்டுமரம் செலுத்தத் தெரியும்ங்கறதுதான் இதை சாத்தியமாக்கியது..." என்று ஆரம்பித்தவனை இடைமறித்த கடற்படை அதிகாரி, "அதெல்லாம் இருக்கட்டும். நீங்க என்ன பார்த்திங்க இந்தத் தீவுல? அதைச் சொல்லுங்க முதல்ல?" என்று ஆர்வமுடன் பரபரத்தார்.

"சொல்றேன் சார். இது ஒரு சமூக விரோதக் கூட்டம். புதையல்னு இவங்க குறிப்பிட்டது என்ன தெரியுமா? பெட்ரோல், டீசல் போன்ற எரிபொருள்கள்! நம்ம நாட்டுலேருந்து திருட்டுத்தனமா அதைக் கடத்தி எடுத்துக்கிட்டு வந்து இந்தப் பன்றித் தீவுல புதர்களுக்கு இடையில் பதுக்கி வெச்சிக்கறாங்க. மாதம் ஒருமுறை அதை இங்கேருந்து ஸ்டீம் போட்ல ஏத்தி வெளிநாட்டுக்கு எடுத்துக்கிட்டுப் போறாங்க" என்றான் பாலு.

"ஓ, மை காட்!" என்ற கடற்படை அதிகாரி, "எனக்குப் புரிஞ்சிடுச்சி. கொஞ்சநாளாவே எங்களுக்கு இங்கேருந்து பெட்ரோல் கடத்தப்படுதோன்னு சந்தேகம் இருந்தது. அண்டை நாட்டுல புரட்சி நடந்துக் கிட்டு இருக்கு. அங்க உள்ள பல்வேறு குழுக்களுக்கு இங்கேருந்து எரிபொருள், உணவுப்பொருள்கள் கடத்தப்படுவதாகத் தொடர்ந்து செய்தி வந்துக்கிட்டே இருந்தது. சரியா பொறிவெச்சிப் பிடிக்கணும்ன்னு நினைச்சிக்கிட்டிருந்தோம். பொடிப்பசங்க நீங்க எப்படியோ இதைக் கண்டுபிடிச்சிட்டிங்களே" என்றபடி பாலுவைத் தட்டிக்கொடுத்தார்.

கடற்படை அதிகாரிகளில் சிலர் வேறு ஒரு படகில் பாலுவை அழைத்துக்கொண்டு மீண்டும் பன்றித் தீவுக்குப் போனார்கள். அங்கே பாலு பெட்ரோல் பேரல்களைக் கண்டெடுத்த இடம், அவர்கள் பதுங்கியிருந்த பழைய பங்களா போன்ற இடங்களைத் துப்புறவாகச் சோதனையிட்ட கடற்படை அதிகாரிகள், பாலு சொல்வது அத்தனையும் உண்மையே என்பதைக் கண்டறிந்தார்.

"வெல்டன் மை பாய்ஸ்! உங்க வயசுக்கு மிக அதிகமான காரியத்தைச் செய்திருக்கிங்க. இதோட மதிப்பு உங்களுக்குத் தெரியுமா?" என்று கேட்டார்.

"தெரியும் சார். வீட்டுக்குச் சொல்லாம இப்படியொரு காரியத்தை நாங்க செய்யப் புறப்பட்டது தப்புதான். ஆனா தேச விரோத சக்திகளை இனம்கண்டு கைது செய்ய நாங்க ஒரு கருவியா இருந்திருக்கோம்ங்கற வகையில் ரொம்ப சந்தோஷமாகவும் பெருமையா கவும் இருக்கு சார்!" என்றான்.

O

பாலு, டில்லி, குடுமி நண்பர்களும் அவர்களை மீட்கப் போன மீனவர்களும் கடற்படை அதிகாரிகளும் பன்றித்தீவில் வேலைகளை முடித்துவிட்டு, கைது செய்த குண்டர்களுடன் கரைக்கு மீள்வதற்குள் பொழுது விடிந்துவிட்டது. அதற்குள் அதிகாரிகள் கரையில் இருப்போருக்குத் தகவல் தெரிவித்து விட்டிருந்ததால், கடற்கரையெங்கும் மக்கள் கூட்டம் கூட்டமாகக் கூடி நின்று அவர்கள் வரவை எதிர்பார் த்துக்கொண்டிருந்தார்கள். க்ரூப் ஸ்டடி என்று கதை விட்டுவிட்டு இப்படியொரு காரியத்துக்குத் தங்கள் மகன்கள் போயிருக்கிறார்கள் என்பதை இன்னமும்

நம்பமுடியாத பாலு மற்றும் குடுமியின் பெற்றோரும் அந்தக் கூட்டத்தில் இருந்தார்கள்.

"பாருங்களேன்! நம்பவே முடியலை. நம்ம பாலுவும் பத்மநாபனுமா இந்தக் காரியத்தை சாதித்திருக்காங்க?" என்று பேசிப்பேசி மாய்ந்தார்கள் அவர்கள். பாலுவின் பள்ளி ஆசிரியர்கள், அவன் வசிக்கும் தெருவில் வசிக்கும் பிற மக்கள் அத்தனை பேரும் அங்கே குழுமி இருந்தார்கள்.

தூரத்தில் பாலு வருகிற படகு தெரிந்ததுமே மக்கள் மத்தியில் ஆரவாரம் எழுந்துவிட்டது. தொலைவி லிருந்து இதையெல்லாம் பார்த்த பாலு உற்சாகத்தில் அங்கிருந்தபடியே கையசைத்தான்.

படகுகள் கரையைத் தொட்டதும் இளைஞர்கள் சிலர் தண்ணீரில் ஓடி, படகிலிருந்த பாலுவையும் குடுமியையும் டில்லியையும் அப்படியே அலேக்காகத் தலையில் தூக்கிக்கொண்டு ஓடினார்கள்.

"எவ்ளோ பெரிய சாதனை! மிகப்பெரிய கடற்படைப் பிரிவே செய்திருக்க வேண்டிய வேலையை மூணு பொடிப்பசங்க செஞ்சிட்டாங்களே!" என்று பாலுவின் வகுப்பு ஆசிரியர் சொல்லிக்கொண்டிருந்தார்.

"கரெக்டு சார். பசங்களோட தன்னம்பிக்கை, தேசபக்தி, விடாமுயற்சி ஆச்சர்யமளிக்குது. தக்க சமயத்துல இவங்க கரையில் இருக்கறவங்களுக்கு எஸ்.எம்.எஸ். அனுப்பினாங்களே அதான் ஆச்சர்யமா இருக்கு." என்றார் கடற்படை அதிகாரி.

"மொபைல் போன்கள் இப்பல்லாம் குக்கிராமம் வரைக்கும் பிரபலமாயிடுச்சே. இதென்ன பெரிய விஷயம்! அந்த நடுநிசி நேரத்துல செய்தியைப்

பார்த்துட்டு தக்க நடவடிக்கை எடுக்க உதவிய மக்களைச் சொல்லணும்"

ஆளாளுக்குப் பேசிக்கொண்டே இருந்தார்கள். கரை இறங்கியதும் டில்லி நேரே தங்கள் மீனவர் சங்கத் தலைவரிடம் போய் அவரது மொபைல் போனைக் கொடுத்துவிட்டு "மன்னிச்சிக்கங்க சார். உங்களைக் கேக்காம இதை எடுத்துக்கிட்டுப் போயிட்டேன். நம்ம தலைவர்தானேன்னு ஒரு உரிமைல செஞ்சிட்டேன். ஆனா இது இல்லாட்டி இந்நேரம் நாங்க மூணுபேரும் நடுக்கடல்ல ஜலசமாதி ஆகியிருப்போம்" என்றான்.

"அட நீ ஒண்ணு! உங்க மூணு பேருக்குமே நானே மொபைல் போன் வாங்கிப் பரிசளிக்கப்போறேன்" என்றார் தலைவர்.

அத்தனைபேரும்   சந்தோஷத்தில்   மிதந்து கொண்டிருந்தபோது, அவர்களது சந்தோஷத்தைப் பலமடங்காக்குவது போலக் கடற்படை அதிகாரி ஒரு விஷயத்தைச் சொன்னார்.

"ஒரு விஷயம் தெரியுமா? நம்ம ஜனாதிபதி இன்னிக்கு நம்ம ஊருக்கு வரார். பக்கத்து ஊர்ல ஒரு பள்ளிக்கூடத்தைத் திறந்து வைக்க வர்றவர், அப்படியே அவரோட சொந்த ஊரான நம்மூருக்கும் வரப்போறதா அவசரச் செய்தி வந்திருக்கு. அதனால நம்ம சூப்பர் ஹீரோக்கள் மூணு பேருக்கும் ஜனாதிபதியை வைத்தே ஒரு மினி பாராட்டு விழா நடத்தக் கடற்படை முடிவு செய்திருக்கு" என்றார்.

ஒ, ஒ, ஒ என்று ஆரவாரம் விண்ணைப் பிளந்தது.

அன்று மாலை ஊரே விழாக்கோலம் பூண்டிருந்தது. அலையலையாக மக்கள் குவிந்திருக்க, சரியாக ஐந்து மணிக்கு ஜனாதிபதியின் வாகனம் வந்து சேர்ந்தது.

அத்தனை பேரும் மரியாதை நிமித்தம் எழுந்து நின்று கைதட்டினார்கள்.

பாலு, டில்லி, குடுமிநாதன் மூன்றுபேரையும் கடற்படை அதிகாரிகள் அழைத்து ஜனாதிபதிக்கு அறிமுகப்படுத்தினார். "இவங்கதான் சார். சட்ட விரோதமா அந்நிய நாட்டுக்கு எரிபொருள் கடத்தற கும்பலைக் கண்டுபிடிச்சவங்க. சின்னப்பசங்கள் நாலும் தேசபக்தியிலேயும் விடாமுயற்சியிலேயும் தன்னம்பிக்கையிலும் ரொம்பப் பெரிய பசங்க" என்றார்.

ஜனாதிபதி அவர்களை அன்புடன் பார்த்தார். அருகே அழைத்து ஆரத் தழுவிக்கொண்டார். பொன்னாடை போர்த்தி, பூச்செண்டு அளித்தார். அவசரமாக ஆர்டர் கொடுத்து செய்து எடுத்துவரப்பட்டிருந்த பதக்கங்களையும் அணிவித்தார். தமது மிகச்சிறிய உரையில், மூன்று சிறுவர்களையும் மூன்று ரத்தினங்களாக உயர்த்திப் பேசினார். கரகோஷத்தில் அந்தச் சிறிய மீனவக் கிராமமே அதிர்ந்தது.

விழா முடிந்து காரில் ஏறுமுன் ஜனாதிபதி பாலுவை அழைத்தார். "ஒரே ஒரு கேள்வி"

"சொல்லுங்க சார்!"

"கொஞ்சம் கஷ்டமான கேள்வி. பரவால்லையா?"

பாலுவுக்கு முதலில் புரியவில்லை. என்னவாக இருக்குமோ என்று சற்றே சிந்தித்தபடி, "எதுன்னாலும் சொல்லுங்க சார். நாங்க இங்கேருந்து புறப்பட்டு பன்றித்தீவுக்குப் போனதுலேருந்து, திரும்பி வந்ததுவரை நடந்த அத்தனை விஷயங்களையும் ஆபீசர்கிட்ட சொல்லியிருக்கேனே" என்றான்.

"அதெல்லாம் இல்லை. இது ரொம்பக் கஷ்டமான கேள்வி"

"சொல்லுங்க சார். எனக்கு ஆர்வம் அதிகமாகுது."

"கேட்டுடட்டுமா? நிஜமா கேட்டுடுவேன்?"

"சாஆஆஆஆஆஆஆஆர்..." என்று கட்டுப்படுத்த முடியாத மகிழ்ச்சியில் அவர் கரங்களைப் பற்றியவன் "சீக்கிரம் கேளுங்க சார்"

"உன் நண்பன் பத்மநாபனுக்குக் குடுமியே இல்லையே? அப்புறம் ஏன் அவனைக் குடுமின்னு கூப்பிடறிங்க?"

பாலுவுக்குச் சிரிப்பு பொத்துக்கொண்டு வந்து விட்டது.

"ஓ, அதுவா! பத்மநாபனுக்கு நீளமா முடி வளர்த்து ஸ்டைலா காத்துல பறக்கவிடணும்ணு ஆசை சார். ஆனா அவங்க அப்பா மாதம் ஒருமுறை நல்லா ஒட்ட சதுரவட்டை அடிச்சிடுவார். இயல்புல இல்லாத குடுமியை, பேர்லயாவது வெக்கலாமேன்னுதான் அப்படியொரு பட்டப்பெயர் வெச்சோம்" என்றான்.

ஜனாதிபதி குழந்தைபோல் சிரித்தார். கூடியிருந்த மக்கள் அவரது சிரிப்பில் கலந்துகொண்டார்கள். அந்தக் கடலோர கிராமத்துக் குழந்தைகள் அத்தனை பேரும் பாலுவையும் குடுமியையும் டில்லியையும் பெருமைபொங்கப் பார்த்தார்கள்.

அவர்கள் தேசத்துக்கே பெருமை தேடித் தந்திருப்பவர்கள். ஆனாலும் அந்தப் பெருமையின் பெரும்பகுதியை அவர்களின் விளையாட்டுத் தோழர்கள் சொந்தம் கொண்டாடுவதில் யாருக்கும் ஆட்சேபம் இருக்க முடியாதல்லவா?

(முற்றும்)